AF518937

ഗ്രീൻ ബുക്സ്

പഞ്ചതന്ത്രം

മാടമ്പ് കുഞ്ഞുകുട്ടൻ

നോവലിസ്റ്റ്, തിരക്കഥാകൃത്ത്, അഭിനേതാവ്.
തലപ്പിള്ളി താലൂക്ക് കിരാലൂർ വില്ലേജിൽ
മാടമ്പ് മനയ്ക്കൽ ശങ്കരൻ നമ്പൂതിരി
മകൻ ശങ്കരൻ എന്ന കുഞ്ഞുകുട്ടൻ കൊച്ചിശ്ശീമയിലെ
കൊടുങ്കാറ്റിനുശേഷം (21-06-1941) ജനിച്ചു.

ആനപ്പണി പഠിച്ചു; ശാന്തിപ്പണിയും ചെയ്തു.
അവിഘ്നമസ്തു, ഭ്രഷ്ട്, അശ്വത്ഥാമാവ്,
എന്തരോ മഹാനു ഭാവലു, കോളനി, മരാരാശ്രീ,
പോത്ത്, നിഷാദം, സാവിത്രിദേ ഒരുവിലാപം,
മഹാപ്രസ്ഥാനം, സാധനാലഹരി, ആത്മകഥ,
പുതിയ പഞ്ചതന്ത്രം, ആ... ആ... ആനക്കഥകൾ,
അമൃതസ്യപുത്രഃ, ചക്കരക്കുട്ടിപ്പാറു
തുടങ്ങിയ കൃതികൾ എഴുതി.

ഭാര്യ: സാവിത്രി (അന്തരിച്ചു).

രണ്ട് കുട്ടികൾ. ഇപ്പോൾ ഇല്ലത്ത് സ്വസ്ഥം.

വിലാസം: മാടമ്പ് മന, കിരാലൂർ - 680 601.

കുഞ്ചൻനമ്പ്യാരുടെ

പഞ്ചതന്ത്രം

ഗദ്യപുനരാഖ്യാനം:

മാടമ്പ് കുഞ്ഞുകുട്ടൻ

ഗ്രീൻ ബുക്സ്

green books private limited
gb building, civil lane road, ayyanthole,
thrissur- 680 003, kerala, ph: +91 487-2381066, 2381039
website: www. greenbooksindia. com
e-mail: info@greenbooksindia. com

malayalam
panchathanthram
story
re-told by
matampu kunjukuttan

published november 2010
reprinted april 2013
copyright reserved
cover illustration : gopidas
cover design : rajesh chalode

branches:
thrissur 0487-2422515
thiruvananthapuram 0471-2335301
calicut 0495 4854662

isbn : 978-81-8423-129-8

---

no part of this publication may be reproduced,
or transmitted in any form or by any means,
without prior written permission of the publisher.

₹ 130.00
GBPL/352/2010/X002

മുഖക്കുറി

ലോകത്തിൽ ഏറ്റവും കൂടുതൽ വായിക്കപ്പെട്ടതും ഏറ്റവും കൂടുതൽ ഭാഷകളിലേക്ക് തർജ്ജമചെയ്യപ്പെട്ട തുമായ കഥയാണ് പഞ്ചതന്ത്രം. വിഷ്ണുശർമ്മാവ് എന്ന പണ്ഡിതൻ കുട്ടികൾക്കായി ലളിതമായ ഭാഷയിൽ രചിച്ചതാണ് ഈ അത്ഭുതകഥകൾ.

ലോക നീതിശാസ്ത്രവും ശുദ്ധശാസ്ത്രവും സാമാന്യ നാടോടി ചൊല്ലുകളും അനുഭവങ്ങളും എല്ലാം എല്ലാം ഈ മധുരമധുരമായ കഥകളിൽ ഓളംവെട്ടുന്നു. സാക്ഷാൽ കുഞ്ചൻനമ്പ്യാരാണ് പഞ്ചതന്ത്രം കഥകൾ സംഗ്രഹിച്ച് കിളിപ്പാട്ടായി മലയാളത്തിനു നല്കിയത്. ആ മഹാകവിയുടെ കിളിപ്പാട്ട് ഗദ്യമായി സാധാരണക്കാർക്ക് പ്രയോജനപ്പെടുംവിധം മാടമ്പ് കുഞ്ഞുകുട്ടൻ ഗദ്യപുനരാഖ്യാനം ചെയ്തിരിക്കുന്നു.

കൃഷ്ണദാസ്
മാനേജിങ് എഡിറ്റർ

ലോകപ്രശസ്തമായ പഞ്ചതന്ത്രത്തിന് മഹാകവി മൂർദ്ധന്യനായ കുഞ്ചൻനമ്പ്യാർ കിളിപ്പാട്ടായി നിർമ്മിച്ച വിവർത്തനവും പ്രസിദ്ധമാകുന്നു. ആ കിളിപ്പാട്ടിന്റെ പരാവർത്തനമാണ് ഈ പുസ്തകം. കവിഗുരുവിന്റെ കിളിപ്പാട്ട് ഞാൻ ഗദ്യമാക്കി എന്നു മാത്രം. ഒട്ടും സ്വാതന്ത്ര്യം എടുത്തിട്ടില്ല.

മൂലഗ്രന്ഥത്തിലെ വിഷ്ണുശർമ്മാവ് കിളിപ്പാട്ടിൽ സോമശർമ്മാവാകുന്നു. ഈ മാറ്റത്തിന് കാരണമെന്തെന്നറിയില്ല. മഹാകവി പഞ്ചതന്ത്രം പൂർണമായി വിവർത്തനം ചെയ്തിട്ടില്ല. പഞ്ചതന്ത്രം സംഗ്രഹിച്ച് പഞ്ചാമൃതസമം മലയാളത്തിനു നല്കി.

അവിടേയ്ക്കായിരം നമസ്കാരം.

പ്രാരംഭം

"പഞ്ചമരാഗം കൊണ്ടു പാട്ടുകൾ പാടുന്നൊരു
പഞ്ചവർണ്ണക്കിളിപ്പെൺമണി മാണിക്യമേ!
പഞ്ചസാരയും തേനും പായസഗുളങ്ങളും
പഞ്ചമെന്നിയേതരുന്നുണ്ടു ഞാനെടോ ബാലേ!
പഞ്ചതന്ത്രമാം മഹാനീതിശാസ്ത്രത്തെ സുഖം
പഞ്ചധാവിഭജിച്ചു പാട്ടുപാടുകവേണം
പഞ്ചമവേദം നാട്യം ഗാനവും പ്രയോഗിച്ചാൽ
പഞ്ചപാതകങ്ങളും നീങ്ങുമെന്നറിഞ്ഞാലും
പഞ്ചഭൂതാദിത്യേന്ദുശ്രോത്രിയാത്മാവാകുന്ന
പഞ്ചബാണാരിശ്രീമൽപാദപങ്കജങ്ങളെ
ചഞ്ചലഹീനമ്മനക്കാമ്പതിലുറപ്പിച്ചു
പഞ്ചതന്ത്രത്തെ പ്രപഞ്ചിച്ചു നീ ചൊല്ലീടേണം."

എന്നതുകേട്ടു കിളിപ്പെൺകിടാവുരചെയ്തു പാടലീപുത്രം.

പാടലീപുത്രം എന്ന ഒരു രാജ്യം. അവിടെ സുദർശനൻ, സുദർശനൻ എന്ന ഒരു രാജാവ്. രാജ്യം ധനധാന്യസമൃദ്ധം. വൈശ്രവണപുരിക്കു സമം. പാടലീപുത്രത്തിന്റെ ഖ്യാദി മൂന്നുലകും വ്യാപിച്ചു.

സുദർശനരാജാവിന്റെ രാജ്യത്തിൽ പുരുഷന്മാരൊക്കെ ശാസ്ത്രബുദ്ധികളായിരുന്നു. വീരന്മാരും ധർമ്മിഷ്ഠരുമായിരുന്നു. സ്ത്രീകൾ സുന്ദരകലാപ്രവീണകളും പവിത്രചരിതകളുമായിരുന്നു. സൃഷ്ടിയിൽ പൂർണത ഒന്നിനുമനുവദിക്കുകയില്ല എന്നാണ് വിധി. ചന്ദ്രനിൽ കളങ്കം. സൂര്യനിൽ പുള്ളിക്കുത്ത്. സുദർശനരാജാവിന് എല്ലാമുണ്ടായിരുന്നു. കളത്രപുത്രന്മാരും. പക്ഷേ, ഒരൊറ്റ ദുഃഖം. പുത്രന്മാർ മന്ദബുദ്ധികളായിരുന്നു. ബാല്യം വിട്ട് കൗമാരം വന്നിട്ടും അവർ വിദ്യാവയസ്സരായില്ല. വിദ്യയും വിവേകവും നീതിയും വിനീതിയും തിരിച്ചറിയാതെ അവർ വളരുന്നത് രാജാവിനെ അളവറ്റ് ദുഃഖിപ്പിച്ചു. ചെനപറ്റാത്ത പശുവിനെപ്പോലെ, പെറ്റാലും കറപ്പിക്കാത്ത ഗോവിനെപ്പോലെ വൃഥാ പുത്രജന്മം. പുത്രന്മാർ ഏറെയുണ്ടായിട്ടെന്തു കാര്യം. ഉത്തമനായ പുത്രൻ ഒരാൾ മതി കുലവർദ്ധനവിന്. വല്ലാത്ത തനയന്മാരുണ്ടാവുന്നതിലും നല്ലത് ഇല്ലാത്തതാണല്ലോ. വിദ്യയില്ലാത്തവന് മറ്റെന്തുണ്ടായിട്ട് എന്തു ഫലം? "വിദ്യാവിഹീനൻ വിളങ്ങില്ല, മുരിക്കിൻപൂവു മാതിരി." സുഗന്ധമില്ലാത്ത പുഷ്പം അകലെ നിന്നു കാണുവാൻ മാത്രം. "വെളുത്ത മുണ്ടുടുപ്പോൾ അകലെ നിൽപ്പോളം" എന്നാണല്ലോ. സൽപുത്രലാഭം പുണ്യവാന്മാർക്കേ ലഭിക്കൂ. പുണ്യഹീനന്മാർക്ക് ദുർപുത്രന്മാരുണ്ടായി കുലനാശം വരുത്തും. യൗവ്വനം, വിത്തം, കാമാതുരത, മൂഢത്വം, ഈ നാലിലൊന്നുപേര് സർവനാശത്തിന്. നാലും ചേർന്നാലോ! പിന്നെ പറയാനുണ്ടോ. ധർമ്മബുദ്ധിയില്ലാത്ത തന്റെ പുത്രന്മാരെ നീതിധർമ്മശാസ്ത്രമഭ്യസിപ്പാൻ പോന്ന ഒരു പണ്ഡിതനാരുണ്ട്. എവിടെയുണ്ട്? ഈ വിധം ചിന്തിച്ച് നിദ്രാവിഹീനനായി സുദർശനരാജാവ് ദിവസം തള്ളിനീക്കി.

അക്കാലം സോമശർമ്മാവെന്ന ഒരു മഹാബ്രാഹ്മണൻ മഹാരാജാവിനെ മുഖം കാണിച്ചു. "ദേവാനാം ച ഋഷീണാം" ഗുരുവായ ബൃഹസ്പതിയെപ്പോലെ നീതിശാസ്ത്രപാരാവാരം. ആതിഥ്യപൂജ കൈക്കൊണ്ട ആ ധർമ്മശാസ്ത്രജ്ഞൻ ഇങ്ങനെ പറഞ്ഞു.

"രാജാവേ! ആറുമാസക്കാലംകൊണ്ട് ഞാൻ അവിടത്തെ പുത്രന്മാരെ നീതിശാസ്ത്രപടുക്കളാക്കാം. ധർമ്മബുദ്ധികളും രാജഭരണതന്ത്രജ്ഞന്മാരുമാക്കാം. ദക്ഷിണ മോഹിച്ചല്ല. അവിടുന്നു കല്പിച്ചരുളാം എന്നു പറഞ്ഞ ഭൂമിക്കോ സ്വർണത്തിനോ സ്ഥാനമാനത്തിനോ അല്ല. വിദ്യ വിൽക്കുന്നവനല്ല ഞാൻ. എന്നാലും അവിടത്തെ പുത്രന്മാരെ ഞാൻ നീതിശാസ്ത്രം പഠിപ്പിക്കാം. ആറുമാസത്തിനകം അവർ രാജനീതി മുഴുവനും അഭ്യസിച്ച് ഉത്തമന്മാരും ധർമ്മബുദ്ധികളുമായിത്തീരും."

ഈവിധം സോമശർമ്മാവിന്റെ വാക്കുകൾ കേട്ട് നൃപൻ ഏറെ സന്തോഷിച്ചു. അപ്പോൾ തന്നെ രാജതനയന്മാരെ ഗുരുവിനൊപ്പമയച്ചു. നാട്ടരചനോടു പറഞ്ഞപോലെ നീതിശാസ്ത്രം മുഴുവനും ആ മഹാ ഗുരു രാജതനയന്മാരെ പഠിപ്പിച്ചു. പഞ്ചതന്ത്രമാണ് പാർത്ഥിവന്മാർക്ക് ധർമ്മം. സദ്ക്കഥാ കഥനമെന്ന മാർഗ്ഗത്തൂടെ സോമശർമ്മാവ് രാജ പുത്രന്മാരെ നീതിശാസ്ത്രനിപുണരാക്കി. മിത്രഭേദം, സുഹൃല്ലാഭം, സന്ധിവിഗ്രഹം, ലബ്ധനാശം, അസംപ്രേക്ഷ്യകാരിത്വം എന്നിവ യാണ് അഞ്ചുതന്ത്രങ്ങൾ. സോമശർമ്മാവുപദേശിച്ച പഞ്ചതന്ത്ര കഥകൾ കവികുലഗുരുവായ കുഞ്ചൻനമ്പ്യാര് കിളിപ്പാട്ടിലൂടെ മല യാളികളെ പഠിപ്പിച്ചു.

“ഗ്രന്ഥവിസ്താരഭയമുള്ളോരു ബാലന്മാർക്കു-
മന്തരംഗത്തിൽ ബോധമില്ലാത്ത ജനങ്ങൾക്കും
ചന്തമോടറിവാനിപ്പഞ്ചതന്ത്രാഖ്യം നീതി-
ഗ്രന്ഥതാത്പര്യം കിഞ്ചിൽ ഭാഷയായ് ചൊല്ലിടുന്നേൻ”

പഞ്ചസാരപാൽകൽക്കണ്ടമധുരമായ കിളിപ്പാട്ടിന്റെ സ്വതന്ത്രഗദ്യ പരിഭാഷയാണിത്.

ഒന്നാംതന്ത്രം

മിത്രഭേദം

സഞ്ജീവകന്റെ യാത്ര

പണ്ട് പണ്ട് മഹാസിംഹവും മഹാവൃഷഭവും ചങ്ങാതിയായ് മഹാസ്നേഹത്തോടെ വാഴുംകാലം. ഏഷണിക്കാരനായ ഒരു ജംബൂകൻ ദൂഷണം പറഞ്ഞ് അവരെ തെറ്റിച്ചു.

എങ്കിലോ പണ്ടു മഹാസിംഹവും വൃഷഭവും
തങ്ങളിൽച്ചേർന്ന് മഹാസ്നേഹമായ് മേവുംകാലം
ഏഷണിക്കാരനൊരു ജംബൂകൻ ചെന്നുകൂടി
ദൂഷണം പറഞ്ഞവർ തങ്ങളിൽ ഭേദിപ്പിച്ചു.
ദുഷ്ടനാം ക്രോഷ്ടാവിനെ ജംബൂകനെന്നുചൊല്ലും
സ്പഷ്ടമാക്കേണമെങ്കിലായവൻ കുറുനരി
അക്കഥാവിശേഷത്തെ വിസ്തരിച്ചുരചെയ്തു
കേൾക്കണമെന്നു നൃപനന്ദനന്മാരും ചൊന്നാൻ”
അപ്പോൾ മഹാഗുരു പറഞ്ഞു

ഭാരതത്തിന്റെ തെക്കൻദിക്കിൽ മഹിളാരൂപ്യം എന്ന ഒരു രാജ്യമുണ്ടായിരുന്നു. അവിടെ വർദ്ധമാനനെന്ന ഒരു ശ്രേഷ്ഠവ്യാപാരി സസുഖം വാണിരുന്നു. വൈശ്രവണനെപ്പോലും ബഹുമാനിക്കാത്ത മഹാപ്രഭുവായിട്ടും ആ വിത്തനാഥൻ പിന്നെയും പിന്നെയും ധനം വർദ്ധിപ്പിക്കുന്നതിനെപറ്റി ചിന്തിച്ചു. പൂർവാർജിതധനം സ്വകർമ്മത്താൽ പുഷ്ടിപ്പെടുത്തണം. അങ്ങനെ സമ്പാദിക്കുന്ന സ്വത്ത് സൽപ്പാത്രങ്ങളിൽ ദാനം ചെയ്യണം. ദാനധർമ്മമില്ലാത്ത ധനം നശിക്കുകയേയുള്ളൂ.

കർപ്പൂരം കുരുമുളകിട്ടു സൂക്ഷിച്ചില്ലെങ്കിൽ ആവിയായി വായുവിൽ ലയിച്ചുപോകുമല്ലോ. സമ്പത്ത് അനുഭവിക്കാതെ പെട്ടിയിൽ വെച്ചു പൂട്ടുവാനുള്ളതല്ല. ബുദ്ധിമാന്മാർ സ്വധനം പത്തിലൊന്നു ദാനം

ചെയ്യണം. വലിയ കുളമായാലും നിറഞ്ഞുകവിഞ്ഞാൽ കുളവരമ്പു പൊട്ടും. പൊട്ടാതിരിക്കുവാനാണ് ഓവ് വെയ്ക്കുന്നത്. ഓവിൽക്കൂടി നിറവെള്ളം അല്പാല്പം ഒലിച്ചുപോകുമ്പോൾ കുളവരമ്പ് പൊട്ടാതിരിക്കും. ഭദ്രമായിരിക്കും. അതുപോലെ ദാനംചെയ്ത് സ്വധനം രക്ഷിക്കണം. പണമുള്ളവനേ ബന്ധുമിത്രാദികളുള്ളൂ. സമന്മാരോടേ ചാർച്ചയുള്ളൂ. അതിനാൽ ധനം ഇനിയും വർദ്ധിപ്പിക്കുകയാണു വേണ്ടത്.

ഈവിധം ചിന്തിച്ച് ആ ശ്രേഷ്ഠി-ചെട്ടി-മഥുരയിലേക്ക് വ്യാപാരാർത്ഥം പുറപ്പെട്ടു. വെൺമുകിൽപോലെ മുഴുത്ത, നന്ദികനെന്നും സഞ്ജീവകനെന്നുംപേരുള്ള കാളകളെ വണ്ടിയിൽ പൂട്ടിക്കെട്ടി. താനും കയറി. ആളകമ്പടിയോടെ യാത്രയായി. ഏറെ യാത്ര ചെയ്ത് നാടുവിട്ട് കാട്ടുവഴിയിലേക്ക് കടന്നു. ഒട്ടുദൂരം ചെന്നപ്പോൾ ചെട്ടി കയറിയ വണ്ടി വലിച്ചിരുന്ന സഞ്ജീവകൻ ഉരുളൻകല്ലിലും വേരിലും കുളമ്പ് ഉടക്കി വീണു. തീരെ നടക്കാൻ പറ്റാതായ കാളയെ ഉപേക്ഷിക്കുകയേ തരമുള്ളൂ എന്നു വന്നു. കാലൊടിഞ്ഞ സഞ്ജീവകനെ കാട്ടിലുപേക്ഷിച്ച് നോക്കിരക്ഷിക്കുവാനായി നാലു ഭൃത്യന്മാരേയും ഏല്പിച്ച് വർദ്ധമാനവ്യാപാരി യാത്ര തുടർന്നു.

സഞ്ജീവകനെ സംരക്ഷിക്കുവാനേല്പിച്ച ഭൃത്യന്മാർ വനവാസം ഇഷ്ടപ്പെടാതെ നാട്ടിലേക്കു മടങ്ങി. കാള ചത്തുപോയതായി യജമാനനെ ധരിപ്പിച്ചു. വിധിവിഹിതം അനുഭവിക്കണമല്ലോ എന്നാശ്വസിച്ച് വ്യാപാരി സ്വകൃത്യത്തിൽ മുഴുകി.

എന്നാൽ ഈശ്വരാനുഗ്രഹത്താൽ സഞ്ജീവകന്റെ കാല് നേരെയായി. കാട്ടിലെ പൊട്ടിലു നിറഞ്ഞ പുല്ലും കുളുർജലവും മതിവരുവോളം കഴിച്ചും കാനനച്ഛായയിൽ മുക്രയിട്ടു നടന്നും ആ കാളക്കൂറ്റൻ വെള്ളിമാമലപോലെ ശോഭിച്ചു. സഞ്ജീവകന്റെ കൂറ്റൻ ശരീരം കണ്ടും ദിക്കുകൾ ഭേദിക്കുന്ന ശബ്ദം കേട്ടും കാട്ടുജന്തുക്കൾ ഭയന്നു. അങ്ങനെ കാടുമുഴുവനും പുരമാന്തിയും മുക്രയിട്ടു പേടിപ്പിച്ചും സഞ്ജീവകൻ കാളക്കൂറ്റൻ സ്വച്ഛന്ദം നടന്നു. അക്കാലം കാടിന് അധിപനായി പിംഗലൻ എന്ന ഒരു സിംഹത്താനുണ്ടായിരുന്നു. ശക്തമായ കൈകൊണ്ട് ഗജരാജന്റെ മസ്തകം പിളർന്നു ചോര കുടിച്ച് ഊറ്റംകൊണ്ട മൃഗരാജന്റെ നഖങ്ങളിൽ ഗജരാജമസ്തകമുത്തുകളുണ്ടായിരുന്നു. മഹാവിക്രമനായ പിംഗലൻ ശത്രുക്കളില്ലാതെ കാടു ഭരിച്ചുവന്നു. ആ വിധം സുഖമായിരിക്കേ ഒരു നാൾ ദാഹാർത്തനായി പുഴയോരത്തുചെന്നു. വെള്ളം കുടിച്ച് ശരീരതാപവുമകറ്റി പതുക്കെ തിരിഞ്ഞപ്പോൾ മുമ്പൊന്നും കേട്ടിട്ടില്ലാത്ത ഭയങ്കര ശബ്ദം കേട്ടു. പർവതങ്ങൾ ഇടിഞ്ഞുവീഴുകയാണോ എന്നു ശങ്കിച്ചു.

പേടിച്ചുവിറച്ച് രണ്ടുചുവടുവെച്ചപ്പോൾ വീണ്ടും ആ ഘോരശബ്ദം കേൾക്കായി. വെൺമലയ്ക്കൊപ്പം വളർന്ന സഞ്ജീവകൻ മുക്രയിട്ട ഘോരശബ്ദമായിരുന്നു അത്. കാളക്കൂറ്റന്റെ അലർച്ചയ്ക്ക് മുക്രി എന്നു പറയും. മുമ്പു കേട്ടിട്ടില്ലാത്ത ആ ശബ്ദം സിംഹരാജനെ ഭയപ്പെടുത്തി. എന്നാലും മൃഗരാജനല്ലേ ഭയം പുറത്തുകാണിക്കാതെ ഇരിപ്പായി. അന്നേരം മന്ത്രിയായ ക്രോഷ്ടാവിന്റെ പുത്രന്മാരിരുവരും തങ്ങളുടെ തമ്പുരാന്റെ ദൈന്യം അറിഞ്ഞു. എങ്കിലും ഒന്നും ഉരിയാടാതെ അന്യോന്യം സംശയിച്ചുനോക്കി. മന്ത്രിപുത്രന്മാരിൽ അഗ്രജൻ കരടകൻ സോദരൻ ദമനകൻ എന്ന നാമമാം. തെല്ലുശങ്കിച്ചാണെങ്കിലും ദമനകൻ ജ്യേഷ്ഠനായ കരടകനോടു ചോദിച്ചു:

“ജ്യേഷ്ഠാ! കരടകമഹാത്മാവേ! കണ്ടില്ലേ, നമ്മുടെ യജമാനൻ ദീനനായിരിക്കുന്നു. സ്വാമി എന്തോ കണ്ടു ഭയന്നപോലെ. പേടിച്ച് മിണ്ടാട്ടമില്ലാതിരിക്കുന്നു. നമുക്കന്വേഷിക്കാം. പുഴക്കരയിൽ പോയി വന്നതിൽപ്പിന്നെ നമ്മുടെ പ്രഭു മൗനിയായി കൂനിക്കൂടിയിരിക്കുന്നതു നോക്കൂ. ഏതോ കഠിനദുഃഖം, അല്ലെങ്കിൽ കഠിനമായ ഭയം സ്വാമിയെ പിടികൂടിയിരിക്കുന്നു. എന്തെന്നന്വേഷിക്കയല്ലേ വേണ്ടൂ.”

അനുജനായ ദമനകന്റെ വാക്കുകേട്ട് കരടകൻ പറഞ്ഞു:

“അനുജാ! അതെന്തുമാവട്ടെ. ആവശ്യമില്ലാത്തത് ചിന്തിച്ച് അബദ്ധത്തിൽ ചാടരുത്. വേണ്ടാത്തിടത്ത് ചെന്നിടപെട്ടാൽ പേണിൽ കുടുങ്ങി ചത്ത കുരങ്ങനെപ്പോലെ നശിക്കും.”

അപ്പോൾ കരടകൻ ചോദിച്ചു:

“ജ്യേഷ്ഠാ! അതെന്താണ്! ആ മർക്കടന്റെ കഥയെന്താണ്?”

കരടകൻ പറഞ്ഞു. അതോ. അതു പറയാം.

“വാനരാപായം കേട്ടുകൊൾകെന്നുകരടകൻ.”

വാനരാപായം

മുമ്പൊരിക്കൽ മഹാഭക്തനായ ഒരു നാട്ടരചൻ ഉണ്ടായിരുന്നു. ആ നൃപന്റെ ഭരണകാലം ക്ഷേത്രങ്ങളൊക്കെ ഉദ്ധരിക്കപ്പെട്ടു. അക്കാലത്ത് സ്വന്തം തട്ടകത്തുള്ള ഒരു ക്ഷേത്രത്തിൽ ജീർണോദ്ധാരണം നടക്കുകയായിരുന്നു. ശ്രീകോവിലിന്റെ കൂടം വീണതിനാൽ മുഴുവനും മാറ്റിപ്പണിയേണ്ടിവന്നു. നാടുവാഴുമൂഴിപന്റെ കല്പനകേട്ട് മൂത്താശാരിമാരും ശിഷ്യരും സഹായികളും കാടുകേറി. ഉത്തമവൃക്ഷം മുറിച്ചു. കാട്ടിൽവെച്ചുതന്നെ ഊർത്ത് ഉരുപ്പടിയാക്കുവാനാരംഭിച്ചു. മരം ഈർച്ചക്കട്ടിലിൽ കയറ്റി ചരടുവലിച്ച് അടയാളം കുറിച്ച് അറക്കുവാനാരംഭിച്ചു.

ഒട്ടുനീളം അറത്ത് പേണുവെച്ച് തച്ചന്മാർ ഭക്ഷണത്തിനുപോയി. അപ്പോൾ കാട്ടിൽനിന്ന് ഒരു കൂട്ടം മരഞ്ചാടികൾ കലപില ചപലത യോടെ വന്നു. ജന്മസ്വഭാവം നിമിത്തം കണ്ടതൊക്കെ പിടിച്ചും കടിച്ചും ചാടിച്ചാടി ഓടിനടന്നു. അതിലൊരുത്തൻ പാതി ഊർന്ന മര ത്തിൽ കയറി. ഇരുഭാഗത്തേക്കും കാലു തൂക്കിയിട്ടിരുന്നു. ഊക്കിൽ അടിച്ചിറക്കിയ പേണിൽ പിടിച്ച് കുലുക്കി എടുക്കാൻ തുനിഞ്ഞു. എന്നാൽ അപ്പോൾ ആ പാവം വാനരന്റെ വൃഷണം പാതി അറത്ത മരത്തിന്റെ വിള്ളലിൽ പെട്ടിരുന്നു. കുരങ്ങച്ചാരതറിഞ്ഞില്ല. ഊക്കു കാട്ടി വാലുംപൊക്കി പല്ലിളിച്ച് മരക്കുറ്റി ഊരിയെടുത്തപ്പോൾ പാതി അറുത്തുവെച്ച മരത്തടി പെട്ടെന്ന് ഠപ്പേന്ന് ഒന്നുചേർന്നു. അതിനിട യിൽപെട്ട കപിവരൻ അണ്ഡം ചതഞ്ഞ് ചാവുകയും ചെയ്തു. അതാണു പറഞ്ഞത്, തനിക്കാവശ്യമില്ലാത്തിടത്ത് വലിഞ്ഞുകേറി തോന്നുംപടി ചെയ്താൽ ആ മരഞ്ചാടി മൂഢനു സംഭവിച്ചതുപോലെ സംഭവിക്കും. അതിനാൽ, കൂടപ്പിറപ്പേ, ദമനകാ, നമുക്ക് നാം മുമ്പ് പാതിതിന്ന മാംസം കഴിക്കാം. വിശപ്പാറ്റാം. ആവശ്യമില്ലാത്തതിൽ തലയിടരുത്.

ജ്യേഷ്ഠനായ കരടകന്റെ വാക്കുകേട്ട് ദമനകൻ ഇങ്ങനെ പറഞ്ഞു:

“കരടകജ്യേഷ്ഠാ! സഹോദരാ! നാം അന്നം മാത്രം മോഹി ച്ചാണോ ഈ കാനനരാജ്യത്ത് മന്ത്രിപദം സ്വീകരിച്ചുനടക്കുന്നത്. അതുമാത്രം മതിയോ. ഇഷ്ടജനങ്ങൾക്ക് ഗുണവും ദുഷ്ടജനത്തിന് ദ്രോഹവും ചെയ്യുന്നവനാണ് രാജസേവ ചെയ്യേണ്ടത്. അതിനാണ് ഈ അധികാരം ഉപയോഗിക്കേണ്ടത്. സ്വന്തം കുക്ഷിപുരാണം മാത്രമേ വേണ്ടൂ എങ്കിൽ അതിനു വേറെ മാർഗമുണ്ടല്ലോ. വയറ്റുപിഴപ്പിനു മാത്രമായി കോവിലകത്തു താമസിച്ച് രാജസേവ ചെയ്യണോ! ആകാ ശത്തിൽ പറക്കുന്ന പരുന്തും പറവയും നാനാവിധം വയറു വീർപ്പി ക്കുന്നുവല്ലോ. സ്വന്തം തീറ്റ മാത്രം മോഹിക്കുന്നവർ ജീവിച്ചാലും ചത്താലും ഒരാൾക്കും ഒന്നും സംഭവിക്കുന്നില്ല. സ്വകുലരക്ഷയാണ് മുഖ്യം. സ്വന്തം കുലമേന്മയ്ക്കും ജന്മഭാവത്തിനും സ്ഥാനത്തിനും ഊനംതട്ടാതെ സാധ്യമായതൊക്കെ ചെയ്യണം. വയറുനിറയെ ശാപ്പാ ടടിക്കുക മാത്രമല്ല മാനികൾക്ക് ജോലി. സ്വശക്തി തെളിയിക്കുകയും വേണം. ചത്ത പശുവിനെ തിന്നാനാഗ്രഹിച്ചെത്തുന്ന ശ്വാക്കളില്ലേ. മാംസം മുഴുവനും നഷ്ടപ്പെട്ട് ഞരമ്പുകൂടി അവശേഷിക്കാത്ത അസ്ഥികൂടത്തിനുചുറ്റും കടിപിടികൂടുന്ന നായ്ക്കളെ ശ്രദ്ധിക്കൂ. വിശ പ്പാറ്റാൻ കൂടിയാവാതെ കര-കരാ കുരച്ച് തമ്മിൽത്തമ്മിൽ കലഹി ക്കുന്നു. മാംസമജ്ജയില്ലാത്ത വെറും എല്ലിനായി കടിപിടികൂടുന്നു.

സിംഹരാജനാവട്ടെ മുമ്പിൽ വന്നുപെടുന്ന തടിച്ച ക്രോഷ്ടാവിനെക്കൂടി ഭക്ഷണമാക്കുന്നില്ല. മദയാനയുടെ മസ്തകം തല്ലിപ്പിളർന്ന് ചോര കുടിച്ചേ തൃപ്തിയാവൂ. അതുകൊണ്ട് പറയുകയാണ് സ്വബലം കാട്ടാൻ അന്യന്റെ അന്നം ഭക്ഷിച്ചാൽ പോര. അത് ഉചിതവുമല്ല. പട്ടിക്ക് ഉരുള കൊണ്ടുവരുമ്പോൾ കാട്ടുന്ന ഗോഷ്ഠി കണ്ടിട്ടില്ലേ. വട്ടത്തിലോടി വാലുകൊണ്ട് കോണകമുടുത്ത് മുട്ടുകുത്തിയിഴഞ്ഞ് യജമാനന്റെ മുമ്പിൽ മലർന്നുകിടന്ന് ചില ചില ശബ്ദങ്ങളുണ്ടാക്കി വാലും തുള്ളിച്ചല്ലാതെ എന്തെങ്കിലും ഭക്ഷിക്കുവാൻ അവറ്റയ്ക്കാവില്ല. എന്നാലൊ ഗജരാജനു തിന്നാൻ കൊടുത്താൽ ഘനഗംഭീരനായിനിന്ന് ഭക്ഷണം മേടിച്ച് ആഹരിക്കും. നോട്ടവും നില്പും ഭാവവും ഗംഭീരം. സ്വശൗര്യവിദ്യാദികളാൽ ഉദരം ഭരിക്കുന്നവൻതന്നെയാണ് ധന്യൻ. ശ്വാവിനെപ്പോലെ ആശ്രയിച്ചു തിന്നുന്നവൻ കൃമിപ്രായനാണ്. വിക്രമംകൊണ്ടും ജ്ഞാനവിജ്ഞാനാദികളാലും സ്വകീർത്തി ധാവള്യത്താൽ പത്തുദിക്കും വെളുപ്പിക്കുന്നതാരാണോ അവനാണ് ഉത്തമൻ. ആ ജീവനാണ് ജീവൻ. മറ്റുള്ളവരൊക്കെ തീറ്റപ്പണ്ടങ്ങൾ മാത്രം. സ്വമാതാവിന്റെ യൗവ്വനം നശിപ്പിക്കുന്ന അനാവശ്യജന്മങ്ങളെന്നേ പറയാവൂ. ആരാനും ബലിയിട്ട് കൈകൊട്ടുന്നേരം വന്ന് പിണ്ഡം കൊത്തിത്തിന്നുന്ന ബലിക്കാക്കയും ജീവിക്കുന്നുണ്ട്. അതുപോലെ മഹാമന്ദനും ചാവാതെ ജീവിക്കുന്നു. ജീവിതം കഴിഞ്ഞുപോകുന്നു. അല്പബുദ്ധികൾ അല്പലാഭത്താൽ പ്രസാദിക്കും. ചെറുതോടു നിറയാൻ ചെറുമഴച്ചാറൽ മതി. എലിയുടെ കൈക്കുമ്പിൾ നിറയാനെത്ര വേണം. കൃത്യാകൃത്യവും ധർമ്മാധർമ്മവും നിത്യാനിത്യവും അറിയാത്ത മനുഷ്യനും പശുക്കളും തമ്മിൽ ഭേദമില്ലതന്നെ. ആഹാരനീഹാരവും നിദ്രാമൈഥുനങ്ങളും നാൽക്കാലിക്കുമുണ്ട്. അവറ്റയെപ്പോലെയാണ് അല്പബുദ്ധികളും. നമ്മുടെ പ്രഭുവാകട്ടെ മഹാബുദ്ധിമാനും മഹാവീരനും വിവേകവാനുമാണ്. ആവിധമുള്ള സിംഹരാജനെന്തേ ഈവിധം വിഷണ്ണനാവാൻ ഹേതു."

ക്രോഷ്ടാക്കളുടെ ആമന്ത്രണം

ഇങ്ങനെ ദമനകൻ പറഞ്ഞതുകേട്ട് കരടകൻ ഉവാച.

"കൂടപ്പിറപ്പേ! രാജധാനിയിൽ അപ്രധാനന്മാരായ നമുക്ക് ഈ വിചാരംകൊണ്ട് യാതൊരു കാര്യവുമില്ല."

ദമനകൻ പറഞ്ഞു:

"സുപ്രധാനത്വം നമുക്കും വരാമല്ലോ. അപ്രധാനനായ പുരുഷൻ സുപ്രധാനനാകുന്നതും മറിച്ചും കാണുന്നില്ലേ. മനുഷ്യൻ ഊറ്റക്കാര

നാകുന്നതും ഊനന്മാരാകുന്നതും മറ്റൊരാളുടെ ശക്തികൊണ്ടല്ല. എല്ലാം ജന്മസമയത്തെ ആശ്രയിച്ചാണിരിക്കുന്നത്. നന്നായും പാഴായും കാണുന്ന ജന്മങ്ങൾ കർമ്മഫലംതന്നെ. അന്യനെ പഴിപറയുന്നതെന്തിനാണ്. ഗുണവും ദോഷവും സ്വകർമ്മഫലമാകുന്നു. അലംഘനീയാകമലാസനാജ്ഞാ. ഉന്നതി വരുവാനെത്രയും പരാധീനം. അധോഗതിക്ക് എത്രയോ എളുപ്പം. കുന്നിൻമുകളിലേക്ക് കല്ലുരുട്ടികയറ്റുന്നത് കഠിനദണ്ഡംതന്നെ. അത് താഴെയ്ക്കു തള്ളിയിടുവാനെളുപ്പവുമാണല്ലോ. ഒരു ബുദ്ധിമുട്ടുമില്ല. പ്രയത്നം വേണ്ട. മുകളിൽ നിന്നുന്തിവിട്ടാൽ താഴെ വന്നേ നിക്കൂ. സ്വസ്വഗുണദോഷങ്ങൾക്ക് സ്വജീവാത്മാവുതന്നെ കാരണം. ആത്മോന്നതിക്ക് ആത്മാവുതന്നെ ശരണം.”

അതുകേട്ട് കരടകൻ ചോദിച്ചു: “ദമനക, ഈ പറഞ്ഞതിന്റെ സാരമെന്താണ്?”

“എന്നതുകേട്ടു തദാ ചോദിച്ചു കരടകൻ
നിന്നുടെ വാക്കിന്നഭിപ്രായമെന്തെടോ സഖേ.
എന്നുടെ വാക്കിന്നഭിപ്രായമിത്തമ്പുരാന്റെ
ഖിന്നത മൂഢത്വവും ഭീതിയും കാൺകതന്നെ.”

അപ്പോൾ നീയതെങ്ങനെ അറിഞ്ഞു എന്നായി കരടകൻ.

“അഗ്രജാ! പറയാം. ഒന്നു കേട്ടാൽ ഒന്നു ധരിക്കാം. ഒന്നു കണ്ടാലും ഒന്നു ധരിക്കാം. അതുതന്നെ. ആജ്ഞ കേട്ടാൽ ഗോക്കളും പ്രവർത്തിക്കും. ആനപ്പാപ്പാന്റെ ഭേദ്യം പേടിച്ച് മരം വലിക്കും. തന്റെ പുറത്ത് എത്ര ഭാരംവെച്ചാലും കഴുത കല്ലിലും മുള്ളിലും മണ്ടിനടക്കും. ആരും പറയാതെ മർത്ത്യന്റെ മനോഗതം മഹാജനം മനസ്സിലാക്കുമല്ലോ. അന്യന്റെ ചീത്ത ചിന്ത മനസ്സിലാക്കാനാണല്ലോ ബുദ്ധി തന്നിരിക്കുന്നത്. കുറുക്കന്മാരാണെങ്കിലും നമ്മുടെ സ്വാമിയുടെ മനശ്ചാഞ്ചല്യം - സംക്ഷോഭം - നമുക്ക് നന്നായറിയാം. അതുകൊണ്ട് നമ്മുടെ ബുദ്ധി കൊണ്ട് നമ്മുടെ തമ്പുരാനെ ഇന്നുതന്നെ പാട്ടിലാക്കണം.”

ഇതു കേട്ടപ്പോൾ കരടകൻ പറഞ്ഞു. “എന്തെടോ നിനക്കുണ്ടോ രാജസേവാഭിജ്ഞത!

“ജ്യേഷ്ഠാ. എന്നോളം രാജസേവാധർമ്മം (മർമ്മവും) അറിഞ്ഞവരായി ആരുണ്ട്. മന്ത്രിയാവാനും അതിനുള്ള മാർഗ്ഗവും രഹസ്യം പറഞ്ഞ് മറ്റുള്ളവരെ വഞ്ചിക്കാനും കൈക്കൂലി - കാണം - മേടിക്കാനും വക്കാണം കൂട്ടി ദ്രവ്യം പിടുങ്ങാനും കാര്യം തീർന്നാൽ പ്രഭുവിനു ചെന്നു ചേരുവാനുള്ള കാണത്തിൽ പാതിയും തരാക്കാനും നാട്ടുവർത്തമാനം പ്രഭുവിനോട് മാറ്റിപ്പറയുവാനും എനിക്കറിയാം.

അന്യരുടെ കൊറ്റുമുടക്കുവാനും സ്വപക്ഷത്തുള്ളവരുടെ കാര്യം സാധിപ്പിക്കാനും എനിക്കാവും. കഴിഞ്ഞുകൂടുവാൻ കഴിവുള്ളവർക്ക് കുറ്റം ചാർത്തി അവരുടെ ആസ്തി തട്ടിയെടുക്കുവാനും എനിക്കറിയാം. ഈവിധം ദുർമന്ത്രിമാർക്കുള്ള സാമർത്ഥ്യത്തിൽ എന്നെ വെല്ലുവാൻ ഇപ്പാരിടത്തിൽ ആരുമില്ലതന്നെ. ബുദ്ധിസാമർത്ഥ്യമുള്ളവർക്ക് ഭാരമാവുന്ന ഒന്നും ഈ ഉലകത്തിലില്ല. സ്വൈരമായി നാടോടി നടക്കുന്നവർക്ക് ദൂരം ഒരു പ്രശ്നമേയല്ല എന്നറിയൂ. വിദ്യാധനന്മാർക്ക് സ്വദേശവും പരദേശവും തുല്യമാകുന്നു. ഇഷ്ടം പറയുന്ന പുരുഷന്മാർക്ക് ശത്രുവില്ലെന്ന് അവിടേക്കറിയാമല്ലോ."

അതുകേട്ട് കരടകൻ പറഞ്ഞു:

"നന്ന്! നന്നെ നന്നായി! ദമനക! നിന്റെ അഭിപ്രായം നന്ന്. എന്നാൽ സേവയ്ക്കുള്ള അവസരം കാണാതെ തിരുമുമ്പിൽ ആവലാതിക്കു ചെന്നാൽ അബദ്ധമായിത്തീരും."

"അഗ്രജാ. അവിടുന്നരുളിയത് സത്യമെന്ന് ഞാനറിയുന്നു. നേരം നോക്കാതെ തിരുമുമ്പിൽ മുഖം കാണിക്കുന്നത് അപകടമായിത്തീരും. ആനയ്ക്കു മദപ്പാടുള്ളനേരം അടുത്തുചെന്നാൽ പാപ്പാനേയും കുത്തിക്കൊല്ലും. എന്നാലും സദാ തന്നെ സേവിച്ചുനിക്കുന്നവരിൽ സ്വാമിക്കു ദയയുണ്ടാവും; കൃപയുണ്ടാവും. തറവാട്ടുമഹിമയില്ല, ബുദ്ധിയില്ല, കണ്ടാലും നന്നല്ല എന്നൊക്കെയാണെങ്കിലും തിരുമുമ്പിൽ പഞ്ചപുച്ഛമടക്കി ഓച്ഛാനിച്ചു നിന്നാൽ പ്രഭുക്കൾക്ക് ഇഷ്ടമാവും. മറ്റ് സേവകപ്പരിഷകളേക്കാൾ മുമ്പനായി അറിയും. രാജാക്കന്മാരും പരസ്ത്രീയും ലതയും അടുത്തുനിന്നു സേവിക്കുന്നവരുടെ പാട്ടിലാവും. അവിടന്ന് ഇന്ദ്രതുല്യനാണ്, ചന്ദ്രതുല്യാണ്, പഞ്ചാനനനാണ് എന്നൊക്കെ സദാസ്തുതിച്ച് പാർശ്വത്തിൽ വസിക്കുന്നവർ പാർത്ഥിവന്ന് അഭിമതനാകുമെന്നുറപ്പാകുന്നു. തന്റെ ഹിതം നോക്കി പാർക്കുന്ന പുരുഷൻ ദുർഭഗനെന്നാലും തന്വംഗിമാർക്ക് ഇഷ്ടനാകും. അടുത്തു നിക്കുന്നതാണെങ്കിൽ മുള്ളുമരത്തിലും വള്ളി ചുറ്റിപ്പറ്റി കേറുമെന്നറിഞ്ഞാലും. ഇന്നയിന്നതു പ്രയോഗിച്ചാൽ മഹീപതി കോപിക്കുമെന്നും ഇന്നയിന്നത് പ്രയോഗിച്ചാൽ പ്രസാദിക്കുമെന്നും അറിയണം. എന്നിട്ട് സദാസേവ ചെയ്യണം. അഥവാ, എന്നെങ്കിലും കാരണവശാൽ പ്രഭു കോപിച്ചാലും നിരസിച്ചാലും അതു ഗൗനിക്കാതെ ചുറ്റിപ്പറ്റി പിന്നാലെ ഒതുങ്ങിനടക്കണം. അങ്ങനെ പലനാൾ ചെന്നാൽ പ്രഭു സ്വാധീനനായി ഭവിക്കും.

അപ്പോൾ "ചോദിച്ചു കരടകൻ എന്തു നീയുണർത്തിപ്പാൻ-
ഭാവിച്ചു സിംഹാന്തികം ചെല്ലുവാനൊരുമ്പെട്ടു."

ഉക്തവാൻ ദമനകൻ. പ്രഭു വല്ലതും ഉണർത്തിച്ചാൽ അപ്പോൾ അതിനുത്തരവും തോന്നും. ഉത്തരത്തിൽനിന്ന് ഉത്തരമുണ്ടാകും. വിത്തിൽനിന്ന് വീണ്ടും വിത്തുണ്ടാകുംപോലെ. കണ്ടത്തിൽ വിതച്ച വിത്തു നെല്ലാകും. ആ നെല്ലുതന്നെ വിത്തായിത്തീരും. അഗ്രജാ! കണ്ടാലും. ഞാൻ സിംഹരാജനോട് രണ്ടുനാലു വാക്യം പറയും. പിന്നെ നാനാവിധം സമാധാനവും പറയും. പൂർവപക്ഷത്തിൽനിന്നു സമാധാനവും സൃഷ്ടമാവും. ഏതൊന്നു ചെയ്താലാണ് അബദ്ധത്തിൽപെടുക, ഏതൊന്നു ചെയ്താലാണ് കാര്യം സാധിക്കുക, അതു രണ്ടും നീതിനിപുണന്മാർ മുൻകൂട്ടി കണ്ടിരിക്കും. അതിൻപടി കാര്യങ്ങളിൽ പ്രവേശിക്കുകയും ചെയ്യും. ഉത്തമനെന്നും മധ്യമനെന്നും അധമനെന്നും മൂന്നുവിധമാണ് മർത്യരെല്ലാം. അവരിൽ അധമൻ ഭയംമൂലം വിഘ്നം വിചാരിച്ച് ഒന്നും ചെയ്യാതിരിക്കും. മധ്യമൻ കാര്യങ്ങളാരംഭിക്കും. ഇടയ്ക്കെങ്ങാൻ മുടങ്ങിയാൽ ബുദ്ധികെട്ട് മിണ്ടാതിരിക്കും. ഉത്തമനാവട്ടെ ഇടയിൽ തടസ്സംവന്നാലും ഫലം സിദ്ധിക്കുംവരെ പ്രയത്നം ഉപേക്ഷിക്കുകയില്ല. ഇന്നു ഞാൻ അവസരം നോക്കാതെ തിരുമുമ്പിൽ ചെന്നുചാടില്ലെന്ന് ഭവാൻ ബോധിച്ചാലും. ദേവാനാം ച ഋഷീണാം ആചാര്യനായ ബൃഹസ്പതി ആയാലും അനവസരത്തിലാണെങ്കിൽ കാര്യത്തിന് ലാഘവം വരും. ഗുണവും ഭവിക്കില്ല. മാത്രവുമല്ല സ്വന്തം മഹാശ്ലാഘയ്ക്ക് ഹാനിയും വരുമല്ലോ. എന്നാലോ നല്ലനേരം - ശുഭമുഹൂർത്തം - നോക്കി ചെയ്യുന്നതാണെങ്കിൽ അസാരനും ഏതു കാര്യമാണെങ്കിലും സാധിച്ചുവരുവാനാവും. നിസ്സാരനും സാരജ്ഞനാകും. ദേശകാലങ്ങളെ ചിന്തിക്കാതെ ഒരുകാര്യവും ആത്മബോധമുള്ളവർ തുടങ്ങരുത്. പക്വമതികളല്ലാത്തവരോട് സ്വാഭിപ്രായം ചൊല്ലരുത്. നിഷ്കൃപന്മാരെ കാര്യം ഗ്രഹിപ്പിച്ചാൽ ആഗ്രഹിച്ചത് നിഷ്ഫലമായിത്തീരും. എന്നല്ല, ചിന്തിക്കാത്ത അനർത്ഥങ്ങളും വന്നു ഭവിക്കും. മൂഢന്മാരെ സേവിച്ചിട്ട് പ്രയോജനമൊന്നുമില്ല. ഏതൊരു ഗുണത്താലാണോ വൃത്തിസൗഖ്യങ്ങൾ കൈവരുന്നത്, ഏതൊരു ഗുണംകൊണ്ട് സജ്ജനം പ്രശംസിക്കുമോ ആ ഗുണം ഉണ്ടാവാൻ ക്ലേശിക്കണം. ക്ലേശിച്ചു സമ്പാദിച്ച ആ ഗുണത്തിന് ലോപം വരാതെ സൂക്ഷിക്കുകയും വേണം. അതാണ് യോഗക്ഷേമം. രാജാക്കന്മാർ എളുപ്പം ഗ്രഹിക്കുവാനാവാത്തവരാകുന്നു. അവരുടെ പക്ഷാപക്ഷങ്ങളും ആഗ്രഹങ്ങളും വ്യക്തമായി അറിയുവാനെളുപ്പമല്ല. വ്യംഗ്യാർത്ഥപ്രയോഗം അറിഞ്ഞിരിക്കുകയും വേണം. ഭൂമിപാലന്മാരുടെ ആഗ്രഹങ്ങൾ അറിഞ്ഞ് ആദരിക്കുവാൻ വിഷമമാണെന്നും ധരിക്കുക.

ദമനകൻ പറഞ്ഞു: "അവിടന്ന് പറഞ്ഞത് പരമാർത്ഥമാണ്. കടൽക്കര ചെന്നുനോക്കുന്നവന് ഭയം തോന്നും. പാരാവാരം. ഇതിലെങ്ങനെ ഇറങ്ങാമെന്നു പേടിച്ചു പിന്മാറും. എന്നാലൊ പലനാൾ കടലിലിറങ്ങിയും തിരയിൽ ആടിയുലഞ്ഞും മുങ്ങിയും കയ്കാലിട്ടടിച്ചും ശീലിച്ചാൽ തിര മുറിച്ച് നീന്തിത്തുടിക്കാനും വഴികാണാം. പതുക്കെ പതുക്കെ കടലിന്റെ ഭാവമറിയാറാവും. ഭയം നീങ്ങും. അപ്പടിക്ക് കണ്ടും അകന്നുനിന്ന് വന്ദനം പറഞ്ഞും പറഞ്ഞതുകേട്ടും സൂക്ഷിച്ചും നിരീക്ഷിച്ചും മന്നവന്റെ ശീലഭാവങ്ങൾ പതുക്കെ മനസ്സിലാക്കിയാൽ പിന്നെ വൈഷമ്യമില്ല. അവിടത്തെ അനുഗ്രഹമുണ്ടെങ്കിൽ അങ്ങനെ നമ്മുടെ രാജാവിനെ വശത്താക്കാമെന്ന തോന്നലുണ്ടുതാനും."

അഗ്രജനായ കരടകൻ പറഞ്ഞു:

"നന്നിതുസഹോദരാ നല്ലതു വന്നീടണം

നിന്നുടെ മാർഗ്ഗം ശുഭമായ് വരും നിരുപിച്ച-

തൊന്നുമേ ഭംഗംകൂടാത "സ്തുതേശുഭമസ്തു"

സ്വസ്തി.

ദമനകന്റെ നീതിവാക്യം

ജ്യേഷ്ഠനെ വന്ദിച്ച് ദമനകൻ അപ്പോൾതന്നെ സിംഹപ്രഭു സ്വാമിയെ സമീപിച്ചു. ദൂരെ നിന്നുതന്നെ കൈകൂപ്പി തൊഴുതു. പതുക്കെ പഞ്ചപുച്ഛ മടക്കി അടുത്തുചെന്നു. ദമനകനെ കണ്ട് കാനനരാജനായ പിംഗലകൻ പറഞ്ഞു.

"ദമനകാ! അടുത്തുവന്നാലും. നിന്നേയും നിന്റെ ജ്യേഷ്ഠനായ കരടകനേയും ഏറെക്കാലമായി കാണാറില്ല. നീയും നിന്റെ അഗ്രജനും എന്തേ എന്നെ വഴിപോലെ സേവിക്കാത്തത്. എന്താണു കാര്യം? പറയൂ."

കാട്ടിന്നധിപതിയുടെ രാജഭാഷിതം കേട്ട് ദമനകൻ പറഞ്ഞു:

"തമ്പുരാനേ! കൊലകൊമ്പന്റെ മസ്തകം പിളർന്ന് തലച്ചോറെടുക്കുന്നതിന് അടിയങ്ങൾക്ക് സാമർത്ഥ്യമില്ല. എങ്കിലും അവിടത്തെ അമാത്യന്റെ മക്കളായ അടിയങ്ങൾ ആ കാൽപ്പാദം വണങ്ങാതിരിക്കുമോ. ഒരുത്തനെക്കൊണ്ടും ഉപകാരമില്ല എന്നു വിചാരിക്കരുതെന്നുണ്ടല്ലോ. ഒരുപകാരവും ഇല്ലാതെ ഒന്നുമുണ്ടാവില്ല. പുല്ലുകൊണ്ടു കൂടി ഉപകാരമുണ്ടല്ലൊ. പശുക്കളെ തീറ്റാനും സ്വന്തം പല്ലിട കുത്തുവാനും നന്ന്. ചെവിയിലിട്ടു തിരിച്ചാൽ തെല്ലു സൗഖ്യവുമുണ്ടായി വരും. എന്നിരിക്കെ കൈയുംകാലും കണ്ണും കാതുമുള്ള ജന്തുക്കളെ

കൊണ്ട് കാര്യമില്ലാതെ വരുമോ. അന്തസ്സാരമുള്ള പുരുഷനെ മർദ്ദിച്ചാലും സാരശക്തിയെ ഉപേക്ഷിക്കില്ലല്ലോ. കത്തുന്ന തീക്കൊള്ളി തലകീഴായി പിടിച്ചാലും ജ്വാല മേൽപ്പോട്ടല്ലാതെ ഗമിക്കുമോ. ജീവ ജന്തുക്കളൊക്കെ ഒന്നുപോലെ എന്ന ഭാവവും ശരിയല്ല. സമർത്ഥരാകട്ടെ സന്ദർഭം വരുമ്പോൾ തങ്ങൾക്കു മറ്റുള്ളവരിൽനിന്നും ഭേദമുണ്ടെന്നു തെളിയിക്കും. വിത്തുകളൊക്കെ കൂട്ടിക്കലർത്തി വിതച്ചാലും നല്ല വിത്ത് മുളയ്ക്കുമ്പോൾ സ്വന്തം ഊക്ക് തെളിയിക്കും. ഉത്തമ കാര്യങ്ങളിൽ ഉന്നതസ്ഥാനങ്ങളിൽ രാജകാര്യം വിചാരിപ്പാൻ ഉത്തമന്മാരെത്തന്നെ കല്പിച്ചു നിയമിക്കണം. മഹാബ്രഹ്മാലയങ്ങളിലും ദേവാലയങ്ങളിലും ബൗദ്ധന് അധികാരസ്ഥാനം നൽകുന്ന ഭരണാധിപൻ മൂഢനെന്നോർക്കണം. ചേരേണ്ടിടത്തുചേർന്നാലെ ഭൂഷണം ശോഭിക്കൂ. കൈയിൽ കങ്കണം, കർണങ്ങളിൽ കുണ്ഡലം, കടിതടെ കാഞ്ചി, വക്ഷസ്സിൽ ഹാരം. ഈവിധം ചേരുംപടി ചേരണം. എന്നാലെ നന്നാവൂ. കഴുത്തിൽ അരഞ്ഞാണം കർണത്തിൽ കങ്കണം എന്നീവിധം ആഭരണം കെട്ടി നടന്നാൽ കാണുന്നവർ കൈകൊട്ടി ചിരിച്ചാർത്തുരസിക്കും. തണ്ടതപ്പിയെന്ന പേരും ഉറയ്ക്കും. നീചരായ ബൗദ്ധരെ ഛത്രചാമരങ്ങളും പല്ലക്കും ദീപയഷ്ടിയും നല്കി ബ്രഹ്മ-ക്ഷത്രിയസ്ഥാനങ്ങളിൽ അമാത്യനായി നിയമിച്ച ധരിത്രീപാലരെ ജനം നിന്ദിക്കും. സ്വയമറിയാത്ത ദുഷ്പ്രഭുക്കളെ വന്ദിച്ച് സേവ-ശുശ്രൂഷ ചെയ്തു ജീവിക്കുന്ന പശുബുദ്ധികളായ മനുഷ്യർക്ക് ഇഹപരങ്ങളില്ല. ചത്താൽ നരകം താൻ ലഭിച്ചീടും. മെച്ചപ്പെട്ട തനിത്തങ്കത്തിൽ ചേരേണ്ട മഹാരത്നം പിച്ചളപ്പതക്കത്തിൽ ചേർക്കുന്ന പുരുഷനെ സജ്ജനങ്ങളും ദുർജ്ജനങ്ങളും ഒരുപോലെ തർജിക്കും (നിന്ദിക്കും) അവരുടെ സമ്പർക്കത്തെ വർജിക്കുകയും ചെയ്യും. ബുദ്ധിവിവേകവീര്യങ്ങളൊത്ത് പ്രഭുക്കളിൽ ഭക്തിയുള്ള ഭൃത്യർ സ്വാമിയുടെ പോരായ്മ നികത്തും. ശക്തിയില്ലാത്ത ഭക്തി നന്നല്ല. ഭക്തിയില്ലാത്ത ശക്തി ദോഷം ചെയ്യും. ശക്തിയും നല്ല സ്വാമിഭക്തിയുമുള്ള ഭൃത്യരുണ്ടായാലേ മഹീപതിക്ക് ഉത്കർഷം ഭവിക്കൂ. ശക്തി-ഭക്തികളില്ലാത്തവരെ തീറ്റിപ്പോറ്റുന്ന നൃപൻ അവിവേകിയത്രെ. അവൻ തിന്നുന്ന ചോറ് നായയ്ക്കു കൊടുത്താൽ അതു വൃഥാവിലാവില്ല. നായയ്ക്ക് തിന്നാൻ കൊടുക്കുന്നവനോടുള്ള കൂറിന് മായവുമില്ല, ഊനവുമില്ല. അത് സ്വശരീരംകൊണ്ട് ആവുംപോലെ തന്റെ സ്വാമിയെ എപ്പോഴും സഹായിക്കും. ശസ്ത്രവും കുതിരയും ശാസ്ത്രവും വീണാവാണിക്ഷേത്രവും സജ്ജനത്തോടു ചേർന്നാൽ തെളിഞ്ഞു ശോഭിക്കും. ദുർജ്ജനത്തോടു ചേർന്നാൽ ഒളിമങ്ങും. എളമപ്പെടുകയും

ചെയ്യും. അഭ്യാസിയായ വീരൻ വാളെടുത്താൽ സഭ്യന്മാർ കൊണ്ടാടും. അദ്യംകൽ മഹാഭോഷനായ സുന്ദരവിഡ്ഢി ആയുധമെടുക്കുന്നതു കണ്ടാൽ കാണികളും വാളെടുത്തു എന്നുവരാം.

(അഭ്യംകൽമഹാഭോഷൻ വാളെടുക്കുന്ന കണ്ടാൽ
അപ്പൊഴേയെല്ലാവരും വാളെടുക്കയേയുള്ളൂ.")

അശ്വഹൃദയമറിഞ്ഞവൻ കുതിരപ്പുറത്തേറിയാൽ കാഴ്ചക്കാർ വിസ്മയിക്കും. കുതിരപ്പാവറിയാത്തവൻ അശ്വാരൂഢനും മോഹിച്ചാൽ ചവിട്ടുകൊണ്ടുവീഴും. ഇതുപോലെയാണ് പിന്നെപ്പറഞ്ഞ ആറും. പാത്രഭേദമാണ് ഭംഗിയും അഭംഗിയും നൽകുന്നത്. ഞാൻ വെറും കുറുനരിക്കുട്ടൻ മാത്രമാണ്. കുറുക്കൻകുട്ടി. അതുകൊണ്ട് മഹാപ്രഭുവായ അവിടേക്ക് നിന്ദാഭാവമരുതേ. ഭഗവാൻ ശ്രീപത്മനാഭൻ പണ്ട് പന്നിയായി പിറന്നില്ലെ. മഹർഷി മാനായി മേവുന്നില്ലേ. അറമുഖൻ ആടിന്റെ മുഖംകൊണ്ടതായി കേട്ടിട്ടില്ലേ. ആശ്രിതനു വേണ്ടതായ ഗുണമൊക്കെയും ഭക്തിശക്തി യുക്തികളൊക്കെയും എനിക്കുണ്ട്. ശക്തിയില്ലാത്തവന്റെ ഭക്തി വൃഥാവിലാണല്ലോ. ഭക്തിയില്ലാത്തവന്റെ ശക്തി ദോഷമായി ഭവിക്കും. സേവകന്മാരെ നിന്ദിക്കുന്ന നരേന്ദ്രനെ സേവിക്കാൻ ആരുമില്ലാതെയായി വരും. ബന്ധുക്കളും സേവകന്മാരുമില്ലാതായാൽ രാജാവിനു പൗരുഷമില്ലാതാവും. പ്രഭുത്വവും കുറഞ്ഞുതീരും. ഐശ്വര്യം കാണെക്കാണെ ക്ഷയിക്കും. വിദ്വത്വം കുറയുമ്പോൾ മിക്കവാറും വിദ്വാന്മാരും അടുക്കാതാവും; അവർക്കു ലഭ്യമല്ലാതാകയാൽ അന്യ പ്രഭുക്കളെ തേടിപ്പോകും. വിദ്വൽസാമീപ്യമില്ലാതായാൽ കൃത്യാകൃത്യവിവേചനം സാധിക്കാതാവും. രാജാക്കന്മാർക്ക് നീതിജ്ഞാനം ഇല്ലാതായാൽ പ്രജകളൊക്കെ നശിക്കും. രാജ്യം അരാജകത്വത്തിന്നടിമയാകും. അതു നിമിത്തം പറയുന്നു എന്നേയുള്ളൂ. എന്റെ സ്വാമിയായ അവിടേക്കുന്നതിവരുവാൻ നല്ല സേവകർ വേണം."

ദമനകന്റെ നീതിവാക്യംകേട്ട് പിംഗലകൻ പറഞ്ഞു:

"ദമനകാ, നന്നായി. നിന്റെ നീതിവാക്യംതന്നെ നന്നായി. നമ്മുടെ സചിവപുതനാണല്ലോ നീ. നമുക്ക് മേൽക്കുമേൽ നന്മ വരുവാനായി നീ യത്നം ചെയ്യണം."

ദമനകൻ പറഞ്ഞു:

"മഹാപ്രഭോ! നിന്തിരുവടി ജലപാനം ചെയ്യുവാനായി നദിക്കരയിൽ ചെന്നുചേർന്ന് ദാഹശമനം വരുത്തിയ നേരത്ത് എന്താണുണ്ടായത്. നദിക്കരയിൽ ഇരിക്കുമ്പോൾ സംഭവിച്ചതെന്താണ്. ബുദ്ധി സ്തംഭിച്ചപോലെ പെരുമാറുവാനെന്തുണ്ടായി. അരുളിചെയ്താലും."

സിംഹരാജൻ (പിംഗളകൻ) പറഞ്ഞു:

"മന്ത്രിപുത്രാ! ഇപ്പോൾ എന്റെ മനസ്സ് സ്വസ്ഥമല്ല. നമ്മുടെ ഈ വനത്തിൽ ഇന്ന് പുത്തനാം ഒരു ജീവി വന്നിരിക്കുന്നു. ദുർമ്മദംകൊണ്ട് ഊറ്റമേറിയ അതിന്റെ ഘോരാട്ടഹാസം കേട്ടില്ലേ. ആ ഘോരശബ്ദം എന്റെ കർണരന്ധ്രങ്ങളെ തകർക്കുന്നു. അതുകൊണ്ട് ഈ കാട് വിട്ട് മറ്റൊരു വനം നോക്കിപ്പോയാലോ എന്നു ഞാൻ ചിന്തിക്കുന്നു. അവന്റെ ക്രൂര-കഠോരശബ്ദം കേട്ടാലറിയാം ചില്ലറക്കാരനല്ല ആ ജീവി. അവനെ കണ്ടും കേട്ടും ഇവിടെ വാഴുവാനാവില്ല. സംശയമില്ല. രണ്ടു പക്ഷവുമില്ല. ആ ഘോരജീവിക്കൊപ്പം ഈ കാനനവാസം സാധ്യമല്ല."

ദമനകൻ പറഞ്ഞു:

"എന്റെ മഹാപ്രഭോ, മൽസ്വാമീ! അവിടുന്ന് വെറുതെ ചഞ്ചലനാകേണ്ട. ശബ്ദം മാത്രം കേട്ട് ശങ്കിക്കേണ്ടതില്ല. മഹാശക്തനായ അവിടുന്ന് എന്തിന് ഭയപ്പെടണം. നദികൾ വെള്ളപ്പൊക്കത്തിൽ അണക്കെട്ട് പൊട്ടിക്കും. ആറുകർണം കേട്ടാൽ മന്ത്രവും വ്യർത്ഥമാകും. ഏഷണിയാൽ സ്നേഹവും നശിക്കും. ഭീഷണിവാക്കാൽ ഭീരു ഭയപ്പെടും. കാഴ്ചയിൽ ധാരാളം മാംസമുണ്ടെന്നു കരുതി വഴിച്ചെണ്ട കാർന്നുമുറിച്ചപ്പോൾ വട്ടംമാടിയ ഉണക്കത്തോലും മരക്കുറ്റിയും മാത്രമേ കണ്ടുള്ളൂ എന്ന് മറ്റൊരു ജംബൂകൻ പറഞ്ഞില്ലേ."

അപ്പോൾ കേസരി രാജൻ അരുളി. "ദമനകാ, അതെന്താണ്? ആ കഥ പറയൂ."

ദമനകൻ പറഞ്ഞു:

"പണ്ടൊരു കുറുനരി ഭക്ഷണം കിട്ടായ്കയാൽ കുണ്ഠിതം പൂണ്ടു വിശന്നങ്ങനെ നടക്കുമ്പോൾ ഏതോ യുദ്ധഭൂമി കണ്ടു. മുമ്പെന്നോ പടവെട്ടുനടന്ന പടക്കളം. അവിടെ മരിച്ചുവീണ ഭടന്മാരേയും തെറിച്ചു വീണ ആയുധങ്ങളും കണ്ടു. അവയ്ക്കിടയിൽ ഒരു കൂറ്റൻചെണ്ടയും കാണായി. കാറ്റടിച്ച് ചെണ്ടയിൽ നിന്നുയർന്ന ശബ്ദം കേട്ട് കുറുക്കച്ചാർ ഭയന്നു. പൊള്ളച്ചെണ്ടയിൽ കാറ്റടിച്ചുണ്ടായ ഹുങ്കാരമായിരുന്നു അത്. ആ ശബ്ദം കുറുനരിയെ നന്നെ പേടിപ്പിച്ചുവെങ്കിലും അടുത്തു ചെന്നു നോക്കാമെന്നുറച്ചു. നല്ല തടിയൻ. ഇട്ടിക്കണ്ടപ്പൻ. അനക്കവുമില്ല. രക്തവും മാംസവും നിറച്ചുണ്ടാവും. ഇന്നത്തെ കാര്യം കുശാലായി. അങ്ങനെ കൊതിപൂണ്ട് ആ സൂത്രക്കാരൻ ചെണ്ടക്കുറ്റിയുടെ വലംതല കടിച്ചുകീറി അകം പ്രവേശിച്ചു. അപ്പോഴല്ലെ കാര്യം തിരിഞ്ഞുള്ളൂ. വെറും പൊള്ളയായ മരക്കുറ്റി! അതുകണ്ട് കുറുക്കൻ ഇളിഭ്യനായി. തനിക്കു പറ്റിയ അമളി ആരും അറിയണ്ട എന്നു കരുതി

തലതാഴ്ത്തി നടന്നകന്നു. അതാണ് അടിയനുണർത്തിച്ചത്. ശബ്ദം കേട്ട് ഭയപ്പെടേണ്ടതില്ല. അടിയൻ ചെന്ന് പരിശോധിച്ച് വെടുവെടുപ്പായി ഉണർത്തിക്കാം."

സിംഹവും വൃഷഭവും പരസ്പരം സ്നേഹാകുലന്മാരാകുന്നത്

ദമനകൻ പറഞ്ഞു, "സിംഹരാജ! പ്രഭോ! അവിടന്ന് കേട്ട് ഭയന്ന ആ ഘോരശബ്ദം എന്താണെന്നും ഏതു ജന്തുവിന്റേതാണെന്നും എന്താ ഭാവമെന്നും എല്ലാം ഞാനറിഞ്ഞുവരാം."

ദമനകനെന്ന ആ ക്രോഷ്ടമുഖ്യൻ സ്വസ്വാമിയെ വേണ്ടപോലെ ആശ്വസിപ്പിച്ച് നേരെ സഞ്ജീവക്കാളയുടെ മുമ്പിൽ ചെന്നു. മുഖാമുഖം ചോദിച്ചു: "നീയാരാണ്?"

സഞ്ജീവകൻ പറഞ്ഞു: "ഞാനൊരു കാളക്കൂറ്റൻ. സഞ്ജീവകനെന്നു നാമം. വർദ്ധമാനൻ എന്ന വണിക്ക് എന്നെ പോറ്റിവളർത്തി. വ്യാപാരാർത്ഥമുള്ള യാത്രാമധ്യേ വീണ് കാലൊടിഞ്ഞ എന്നെ സ്വാമി ഈ കാട്ടിലുപേക്ഷിച്ചു. അംഗഭംഗം വന്ന എന്നെ ശുശ്രൂഷിക്കുവാനേല്പിച്ച ഭൃത്യരും എന്നെ കൈയൊഴിഞ്ഞു. ഈശ്വരകാരുണ്യത്താൽ ദീനം ശമിച്ചു. ഞാനിപ്പോൾ ഈ കാട്ടിൽ കഷ്ടപ്പെട്ട് പുല്ലു തിന്നും കുളിർനീർ കുടിച്ചും കഴിയുന്നു."

അപ്പോൾ ക്രോഷ്ടാവായ ദമനകൻ പറഞ്ഞു: "ഞങ്ങളുടെ മഹാപ്രഭു പിംഗളകനെന്ന കേസരിമുഖ്യൻ എന്നെ പറഞ്ഞയച്ചതാണ്. ഇവിടേക്ക് സമ്മതമാണെങ്കിൽ ഉടനെ കൂട്ടിക്കൊണ്ടുവരുവാനാണ് കല്പന."

സഞ്ജീവകനുവാച. "സിംഹരാജൻ മഹാവീര്യവാനാണ്. എന്നെ കണ്ട നിമിഷംതന്നെ കൊന്നുതിന്നുന്നവനുമാണ്. മാംസഭുക്കായ ആ മൃഗരാജൻ ക്രൂരസ്വഭാവിയാണ്. അതുകൊണ്ട് എന്നെ സംഹരിക്കില്ലെന്നുറപ്പുതന്നാൽ ഞാൻ വരാം."

ദമനകൻ പറഞ്ഞു: "ഹേ വൃഷഭരാജാ! ഭവാൻ അറിഞ്ഞാലും. വിശ്വവിശ്രുതനായ ഞങ്ങളുടെ മൃഗരാജൻ വിശ്വാസവഞ്ചന ചെയ്യുവോനല്ല."

സഞ്ജീവകൻ പറഞ്ഞു: "എങ്കിൽ ഞാൻ വരാം."

അതുകേട്ട് ദമനകൻ പിംഗളകന്റെ അടുത്തു ചെന്നുണർത്തിച്ചു.

"മഹാരാജാ! വന്ദനം. രാജരാജ! കൊടുങ്കാറ്റ് വൻവൃക്ഷജനങ്ങളെ കടപറച്ചിട്ട് ഭൂമികുലുക്കുമെങ്കിലും പുൽക്കൊടികളെ പിഴുതെറിയാറില്ല.

വീര്യവാൻ വീരനോടു മാത്രമേ വിക്രമം കാണിക്കൂ. ദുർബലന്മാരിൽ ഒട്ടും ബലം കാണിക്കാറില്ല. ശക്തൻ ശക്തനേയേ നേരിടൂ. അതു കൊണ്ട് മഹാപരാക്രമിയായ അവിടുന്ന് കാളക്കൂറ്റനെ കൊന്നു തിന്നില്ല എന്നു ഞാൻ വാക്കുകൊടുത്തിട്ടുണ്ട്. അവിടത്തെ സചിവ പുത്രനായ എന്റെ വാക്ക് പാലിക്കപ്പെടുവാൻ കാരുണ്യമുണ്ടാവണം."

"ദമനകാ, നിന്റെ കൂട്ടുകാരനെ ഞാൻ വധിക്കുമോ? മിത്രദ്രോഹം ഉത്തമന്മാർക്ക് ഭൂഷണമാവില്ലല്ലോ. സഞ്ജീവകൻ എന്നാണ് അവന്റെ പേര് എന്നല്ലേ നാം കേട്ടത്. അവനെ കൂട്ടിക്കൊണ്ടുവരൂ. ഇഷ്ടങ്ങൾ സാധിപ്പിക്കുന്നവനാണ് ഞാൻ. ചങ്ങാതിപ്രിയനുമാണ്. നീ ചെന്ന് ആ കാളക്കൂറ്റനെ കൂട്ടിക്കൊണ്ടുവരൂ."

ഈവിധം സ്വാമിവചനം കേട്ട ദമനകൻ സഞ്ജീവകനെ രാജസമക്ഷം എത്തിച്ചു. രാജപ്രമുഖനായ പിംഗളകൻ രണ്ടുപേരെയും അനുഗ്ര ഹിച്ചു. അന്നു മുതൽ സഞ്ജീവകനും പിംഗളകനും ഗാഢമൈത്രി യിലായി. ചങ്ങാതിഭ്രമം ഏറിയേറി അന്യസേവകരിൽ താത്പര്യം കുറഞ്ഞു. സഞ്ജീവകകാളയും കണ്ഠീരവശ്രേഷ്ഠനും അന്യോന്യ വിശ്വാസത്തോടെ കൂട്ടുകൂടി കളിയാടി വാണു. മറ്റ് അമാത്യരും സേവ കരും ബന്ധുക്കളും നിത്യസന്ദർശകരും കാവൽക്കാരും രാജഭൃത്യ രുമെല്ലാംതന്നെ നിത്യവൃത്തിക്കു മാർഗ്ഗമില്ലാതെ കുഴങ്ങി. സിംഹപ്രഭു നായാട്ടു വേണ്ടെന്നുവെച്ചുവല്ലോ. കാര്യങ്ങൾ കണ്ടറിഞ്ഞ ദമനകന്റെ പൂർവജനായ കരടകൻ അറിയാനായി ദമനകൻ പറഞ്ഞു:

"അഗ്രജാ, നമ്മുടെ സ്വയംകൃതകർമ്മങ്ങളുടെ ഫലമാണ് ഈ അവസ്ഥ. താൻതന്നെ ചെയ്ത മൂന്നുകൂട്ടം അനർത്ഥമുണ്ടാകാമെന്ന് അറിവുള്ളവർ പറയുന്നു. മേഷയുദ്ധംകൊണ്ട് ഒരു ജംബൂകൻ ചത്തു പോയി. ആഷാഢഭൂതിമൂലം നമുക്കും നാശം വന്നു. തന്തുവായ നാൽഭൂതിക്കും നാശം സംഭവിച്ചു. ഈവിധമാണ് സ്വയം ഉണ്ടാക്കിയ ദുരന്തങ്ങൾ എന്ന് പണ്ടൊരു യതീന്ദ്രൻ എന്നോടരുളിയിട്ടുണ്ട്. അഗ്ര ജനതു കേട്ടിട്ടില്ലേ."

"ആയതുകേൾക്കേണമെന്നഗ്രജനുരചെയ്താൽ
ശോഭയാനിവേദനം ചെയ്തിതു സഹോദരൻ"

തങ്ങൾ താനുണ്ടാക്കുന്ന ദോഷങ്ങൾ മൂന്നുകൂട്ടം

ഏറെ നാൾ മുമ്പ് ദേവശർമ്മാവ് എന്നു പേരുള്ള ഒരു സംന്യാസി ഉണ്ടായിരുന്നു. ധ്യാനനിമഗ്നനായിരുന്ന ദേവശർമ്മാവിന് ധാരാളം ധനം

ദാനമായി ലഭിച്ചിരുന്നു. അത് എവിടെ സൂക്ഷിക്കണമെന്ന് ഗാഢമായി ചിന്തിച്ച് ഒടുവിൽ തന്റെ കുപ്പായത്തിൽതന്നെ തുന്നിച്ചേർത്തുവെച്ചു. ആ കുപ്പായവും ധരിച്ച് സ്വൈരമായി നടക്കുമ്പോൾ ആഷാഢഭൂതി എന്ന ഒരു ധൂർത്തൻ സംന്യാസിയുടെ ഒപ്പംകൂടി. ദേവശർമ്മാവ് തന്റെ കുപ്പായത്തിൽ തുന്നിക്കൂട്ടി ശരീരത്തിൽ ധരിച്ച് അനവധി ധനം സൂക്ഷിച്ചിട്ടുണ്ട്. മഹാപിശുക്കനായ ആ സംന്യാസിയുടെ പണം കൈക്കലാക്കിയാൽ ഒരു ദോഷവുമില്ല എന്ന് ആഷാഢഭൂതി കണക്കുകൂട്ടി. അതിനായി ആഷാഢഭൂതി സംന്യാസിയുടെ പാദശുശ്രൂഷ ചെയ്ത് വിശ്വസ്തനായി നടിച്ച് ഒപ്പം കഴിഞ്ഞു. ദേവശർമ്മാവിന് ആഷാഢഭൂതിയെ 'ക്ഷ' ബോധിച്ചു. ഇവൻ ശുദ്ധനും വിശ്വസ്തനുമാകുന്നു. അതുകൊണ്ട് ധനം സൂക്ഷിക്കുവാൻ ഇവൻ മതി. ഇങ്ങനെ വിചാരിച്ച് ദേവശർമ്മാ എന്ന മുനി തന്റെ കുപ്പായം ആഷാഢഭൂതിയെ ഏല്പിച്ചു. സ്നാനസന്ധ്യാവന്ദനത്തിനായി നദിയിൽ ഇറങ്ങി. ആ നേരം നദിക്കരയിൽ രണ്ട് ആട്ടിൻകൊറ്റന്മാർ ഒന്നിടിച്ച്, ഒന്നു പിൻവാങ്ങി വീണ്ടും വർദ്ധിച്ച വേഗത്തിൽ വന്ന് മസ്തകം കൂട്ടിയിടിച്ച് മടങ്ങി വാങ്ങിനിക്കും. വീണ്ടും മഹാവേഗത്തിൽ ഓടിവന്ന് ഊക്കിൽ തല കൂട്ടിയിടിച്ച് പിന്നേയും പിൻവാങ്ങും. അങ്ങനെ മേഷയുദ്ധം മുഴുത്തപ്പോൾ രണ്ടിന്റേയും മുഖം ചതഞ്ഞ് ചോര നിലത്തുവീണു. പതുക്കെ ആട്ടിൻചോര മണൽപരപ്പ് ചോപ്പിച്ചു. കുതിർത്തു. അപ്പോഴാണ് ഭോഷനായ ഒരു ജംബുകൻ ചോര മണത്ത് വന്നത്! ആട്ടിൻചോര കണ്ട് കൊതിമൂത്ത ആ കുറുക്കൻ രണ്ടു കൊറ്റനാടുകളുടെ നടുവിൽനിന്ന് ചോര നക്കി കുടിക്കുവാനാരംഭിച്ചു. ചുടുചോര നൊട്ടിനുണയുമ്പോൾ പെട്ടെന്ന് ആട്ടിൻകൊറ്റന്മാർ ഒറ്റക്കുതിപ്പിന് ഓടിവന്ന് ഊക്കിൽ കൂട്ടിയിടിച്ചു. തമ്മിൽത്തമ്മിൽ യുദ്ധം നടത്തുന്ന ആ കൊറ്റന്മാരുടെ നടുവിൽപ്പെട്ട് കുറുനരി ചതഞ്ഞുചത്തു.

ഇതുകണ്ട സംന്യാസി ഒരു വരി ആത്മഗതമായി പാടി

"മേഷയുദ്ധംകൊണ്ടൊരു ജംബുകൻ നശിച്ചുപോയ്."

അതുംചൊല്ലി പുഴയിൽനിന്നു കയറി കാഷായവും ധരിച്ച് നോക്കുമ്പോൾ ശിഷ്യനായ ആഷാഢഭൂതിയെ കണ്ടില്ല. തന്റെ ജന്മസമ്പാദ്യമെല്ലാം ആഷാഢഭൂതി തഞ്ചത്തിൽ തട്ടി ഓടിപ്പോയതറിഞ്ഞ് ദേവശർമ്മൻ അറിയാതെ ഒരു വരികൂടി പാടി.

"ആഷാഢഭൂതിമൂലം നമുക്കും നാശംവന്നു."

മഹാദുഃഖിതനായ സംന്യാസി അന്തികറുത്തപ്പോൾ ഒരു തന്തുവായന്റെ വീട്ടിൽ ചെന്നുകയറി. ചാലിയത്തെരുവിൽ കള്ളുമോന്തി

പൂക്കുറ്റിയായി കാലുറയ്ക്കാതെ എന്തോ പുലമ്പി നീങ്ങുന്നുണ്ടായിരുന്നു. നമ്മുടെ സംന്യാസി ഇതൊക്കെ നോക്കിക്കണ്ടു. കള്ളുകുടിയന്റെ ഭാര്യ കാമജ്വരം മൂത്ത് ദാസീദത്തമായ മാർഗ്ഗത്തിലൂടെ ജാരസമീപം പോകുകയായിരുന്നു. ആ നീചസ്ത്രീ പാത്തും പതുങ്ങിയും നടക്കുമ്പോൾ വിധിവൈപരീത്യത്താൽ കള്ളുകുടിയനായ ഭർത്താവിന്റെ മുമ്പിൽ ചെന്നുപെട്ടു. ഭാര്യയുടെ ജാരസംസർഗ്ഗം സംശയിച്ച അവളോട് നീയെവിടെ പോകുന്നു അതും ഈ അന്തികറുത്തനേരത്ത് എന്ന് തട്ടിക്കേറി. ആ ധൂളി (വ്യഭിചാരിണി) തന്റെ ഭർത്താവിനെ തിരഞ്ഞുവന്നതാണെന്ന് നയോക്തി ചൊല്ലി. മദ്യപനെങ്കിലും ചാലിയൻ അതു വിശ്വസിച്ചില്ല. അവൻ തന്റെ ഭാര്യയെ വലിച്ചിഴച്ച് ഉമ്മറത്തൂണിൽ ബന്ധിച്ചു. അപ്പോഴേക്കും ബോധം മറഞ്ഞ ചാലിയൻ അവിടെത്തന്നെ വീണുറങ്ങി.

ചാലിയന്റെ കൂർക്കംവലി ഉച്ചത്തിലായപ്പോൾ ചാലിയത്തിയുടെ ദൂതി പതുങ്ങിവന്നു. ജാരൻ സങ്കേതത്തിൽ കാത്തിരിക്കുന്നുണ്ടെന്നറിയിച്ചു. സഖിയായ അവൾ ചാലിയത്തിയുടെ ബന്ധനം അഴിച്ച് സ്വയം തൂണിൽ ബന്ധിതയായി. തന്റെ ഇഷ്ട്തോഴിയുടെ ഇഷ്ടം സാധിപ്പിച്ചു. ചാലിയത്തി നേരംകളയാതെ ഒളിസേവക്കാരനെ തേടിപ്പോയി. ഒട്ടുനേരം ചെന്നപ്പോൾ ചാലിയനുണർന്നു. എന്തു ചോദിച്ചാലും ഒരക്ഷരം മിണ്ടാതെ നിക്കുന്ന ചാലിയത്തിയെ പ്രഹരിച്ചു. മൂക്കു ചെത്തിയെടുത്തു. ശബ്ദിച്ചാൽ കള്ളം പൊളിയുമെന്ന് ഭയന്ന് ദാസി നിശ്ശബ്ദം കഠിനവേദന സഹിച്ചു. ചാലിയൻ വീണ്ടും വീണുറങ്ങി. അപ്പോഴേക്കും ആഗ്രഹനിവൃത്തി വരുത്തി ചാലിയത്തിയും എത്തി. നടന്നതൊക്കെ ചോദിച്ചറിഞ്ഞ് ദാസിയെ പാശമുക്തയാക്കി മുന്നെപ്പോലെ തൂണിൽ സ്വയം ബന്ധിച്ചുനില്പായി. അല്പംകൂടി കഴിഞ്ഞ് ചാലിയൻ ബോധമുണർന്നപ്പോൾ ചാലിയത്തി ഉറക്കെ പറഞ്ഞു.

“എന്റെ ചാരിത്ര്യശുദ്ധിയും പാതിവ്രത്യശക്തിയുമറിയാതെ നാസാഛേദം ചെയ്ത ദുഷ്ടാ! എന്റെ ഭർത്താവായ നിങ്ങൾ എന്റെ സംശുദ്ധി അറിയാതെ ജാരസംസർഗ്ഗം ശങ്കിച്ച് എന്റെ മൂക്കു മുറിച്ചു. പക്ഷേ സത്യഭംഗം വരുത്താത്ത എന്റെ വാക്ക് പാഴിലാവില്ല. പിതൃക്കളും ദേവന്മാരും അനുഗ്രഹിച്ച് എന്റെ വൈരൂപ്യം മാറി ഞാൻ പൂർവ്വവൽസുന്ദരിയായിത്തീരും. ഇതു സത്യം! സത്യം. സത്യം.”

ഈ സത്യവചനം കേട്ട് ചാലിയൻ അടുത്തുവന്നുനോക്കിയപ്പോൾ തന്റെ ഭാര്യയുടെ മൂക്ക് മുന്നേപ്പോലെ കണ്ട് വിസ്മയിച്ചു. നിലത്ത് രക്തം തളംകെട്ടി നിൽക്കുന്നുമുണ്ട്. അതുകണ്ടു ഭയന്ന ചാലിയൻ ചാലിയത്തിയുടെ കാൽക്കൽവീണ് മാപ്പിരന്നു. “പ്രിയേ! നിന്റെ

ചാരിത്ര്യം അഗ്നിപോലെ സംശുദ്ധമാകുന്നു. പാതിവ്രത്യശക്തി അത്യുന്നതമാകുന്നു. എന്റെ പ്രവൃത്തികൾ നീ ക്ഷമിക്കണം. ദേവീ! മഹാപതിവ്രതേ! ഞാനിതാ കാല് പിടിച്ചു കേഴുന്നു."

ഇങ്ങനെ പറഞ്ഞ് ചാലിയൻ ചാലിയത്തിയെ തൊഴുതു നമസ്കരിച്ചു.

ഇതിനൊക്കെ സാക്ഷിയാകേണ്ടിവന്ന ഭിക്ഷുവായ വേദശർമ്മ മൗനിയായി നിന്നു. ദാസി തന്റെ മുറിഞ്ഞ മൂക്കിൻതുണ്ടമെടുത്ത് സ്വഗൃഹത്തിലെത്തി. താനിത്രനേരം വൈകിയതിനും മൂക്കുമുറിഞ്ഞതിനും വികലാംഗിയായതിനും എന്തു സമാധാനം പറഞ്ഞ് വിശ്വസിപ്പിക്കാനാവും എന്ന് ചിന്തിച്ച് അവൾ മിണ്ടാതിരുന്നു. വിശ്വസിപ്പിക്കാൻ പറ്റിയ ഒരു നുണ ചിന്തിച്ച് ആ ദൂതി വേദനകൂടി മറന്നിരിക്കുമ്പോൾ ഭർത്താവ് തിടുക്കപ്പെട്ട് ഓടിവന്നു. മഹാരാജാവിന്റെ ക്ഷുരകനായ അവൻ കത്തിയും കല്ലും വെച്ച പെട്ടി കൊണ്ടുവരുവാനായി പെണ്ണൊരുത്തിയെ വിളിച്ചു. ഒട്ടുതവണ വിളിച്ചിട്ടും അവൾ ഭയന്ന് അടുത്തുചെന്നില്ല. ക്ഷുരകൻ അവളെ ചീത്തപറഞ്ഞ് തല്ലിക്കൊല്ലുമെന്നു ഭയപ്പെടുത്തി. അപ്പോൾ ക്ഷുരകത്തി മറഞ്ഞുനിന്ന് കത്തിമാത്രം മുമ്പിലേയ്ക്കിട്ടുകൊടുത്തു. അതുകണ്ട് ദേഷ്യം സഹിക്കാതെ ക്ഷുരകൻ കത്തിയെടുത്ത് വലിച്ചെറിഞ്ഞു. ഇതുതന്നെ താപ്പ് എന്നു വിചാരിച്ച് ആനാപിത സ്ത്രീ (ക്ഷുരകത്തി) ഉറക്കെ നിലവിളിച്ചു.

"അയ്യയ്യോ! ദുഷ്ടനായ ഭർത്താവ് എന്റെ മൂക്ക് അരിഞ്ഞേ! മാലോകരേ! രക്ഷിക്കണേ. അബലയായ എന്നെ എന്റെ പുരുഷൻ...."

അവൾ നിലയും വിളിയുമായി ആളെകൂട്ടി. സ്ത്രീകളുടെ ദുഷ്ടസൂത്രബുദ്ധി നോക്കൂ. അലറിക്കരഞ്ഞ് ആളെ കൂട്ടി അവൾ സ്വഭർത്താവിനെ നീതിപാലകരെ ഏല്പിച്ചു. അവരവനെ രാജസമക്ഷം ഹാജരാക്കി. ഭാര്യയെ മൂക്കരിഞ്ഞ് പീഡിപ്പിച്ച മഹാദുഷ്ടനായ ക്ഷുരകന്റെ നാക്കു മുറിച്ച് തീയിലിടുവാൻ കല്പിച്ചു.

"ആർക്കുമേതോന്നാതുള്ള ദുഷ്ക്കർമ്മം ചെയ്തനിന്റെ
നാക്കുകണ്ടിച്ച് തീയിലെരിപ്പാൻ കല്പിക്കുന്നു."

പെണ്ണിനെ ദ്രോഹിച്ച ആണ് പലനാൾ ശൂലത്തിൽ നരകിച്ചു ചാകണം. സ്ത്രീഹത്യയ്ക്കു തുനിഞ്ഞവൻ ചിത്രവധമർഹിക്കുന്നു.

ഇതെല്ലാം കണ്ടുംകേട്ടും നിന്ന സംന്യാസിവര്യൻ പറഞ്ഞു:

"മഹാരാജാവേ! ദാസിയുടെ മൂക്കു മുറിച്ചത് ഈ നാപിതനല്ല. തന്തുവായന്റെ ഭാര്യ കാരണം അയാളാണിതു ചെയ്തത്. കാര്യം ഞാൻ വിസ്തരിക്കാം."

"മേഷയുദ്ധംകൊണ്ടൊരു ജംബുകൻ നശിച്ചുപോ-
യാഷാഢഭൂതിമൂലം നമുക്കും നാശം വന്നു.
തന്തുവായനാൽ ഭൂതി തനിക്കു നാശം വന്നു
താൻതന്നെ ജനിപ്പിച്ചോരനർത്ഥത്രയമിദം."

സംന്യാസിയുടെ വാക്കുകേട്ട് രാജസദസ്സിന് സത്യബോധം വന്നു. ഭടന്മാർ നിരപരാധിയായ ക്ഷുരകനെ സ്വതന്ത്രനാക്കി. ക്ഷുരകത്തിയെ നാടുകടത്തി. തന്തുവായിക്ക് അംഗഭംഗം വരുത്തി. തന്തുവായന് പിഴയും കല്പിച്ചു.

വായസങ്ങൾ കാളസർപ്പത്തെ വധിപ്പിച്ചത്

നീതിഭേദങ്ങൾ കേട്ട് സന്തുഷ്ടനായ കരടകൻ പറഞ്ഞു.

"ദമനകാ. നീതിഭേദങ്ങളെല്ലാം നന്ന്. നന്നായി. എന്നാൽ നമ്മുടെ കാര്യം ചിന്തിക്കൂ. പ്രജകൾക്ക് നന്മ വരുവാനെന്തുവേണ്ടൂ. അതാണ റിയേണ്ടത്."

ദമനകൻ പറഞ്ഞു:

"ചിന്തിച്ചാൽ ഉത്തമമായ ഉപായം കണ്ടെത്തും. നഷ്ടമായ കാര്യം വീണ്ടും സാധിപ്പാനും പൃഷ്ടമായ കാര്യം പരിപൂർണമാക്കുവാനും വന്നുപെട്ട അനർത്ഥത്തെ ഒഴിപ്പിക്കാനും പറ്റിയ മന്ത്രമാണ് ശ്രേഷ്ഠം. പിംഗലസിംഹത്തേയും സഞ്ജീവകവൃഷഭത്തേയും തമ്മിൽ പിണ ക്കുകയാണ് ആദ്യം വേണ്ടത്."

അതു സാധിക്കുമോ എന്നു ശങ്കിച്ച ജ്യേഷ്ഠനോട് ദമനകൻ പറഞ്ഞു:

"സൂത്രംകൊണ്ടു സാധിക്കുന്ന കാര്യം പരാക്രമംകൊണ്ടു സാധി ക്കുകയില്ല. പണ്ടൊരു പെൺകാക്ക കടീസൂത്രംകൊണ്ട് കാള സർപ്പത്തെ കൊല്ലിച്ചതുകേട്ടിട്ടില്ലേ."

അതെന്താണെന്നറിയാൻ ഉത്സാഹം കാണിച്ച കരടകനോട് ദമനകൻ പറഞ്ഞു:

"പണ്ട് പൊക്കമാർന്ന ഊക്കൻ വൃക്ഷശിഖരത്തിൽ ഒരു കാക്കയും കാക്കപ്പെണ്ണും കൂടുകൂട്ടി. കാലമെത്തിയപ്പോൾ കാക്കപ്പെണ്ണ് ഗർഭം ധരിച്ചു. യഥാകാലം പ്രസവിക്കുകയും ചെയ്തു. പക്ഷേ കാകി പെറ്റുണ്ടായ മുട്ടകൾ കാണാതായി. അരുമക്കിടാങ്ങളായി വിരിയേണ്ട

മുട്ടകൾ നഷ്ടപ്പെട്ടതുകണ്ട് പെൺകാക്ക വ്യസനിച്ചു. മുട്ട മോഷ്ടിച്ച താരാണെന്ന് തിരഞ്ഞപ്പോൾ തങ്ങളുടെ മരത്തിന്റെ കോടരത്തിൽ ഒരു കൃഷ്ണസർപ്പം പാർക്കുന്നതു കണ്ടു. ആ വിഷപ്പാമ്പു വന്ന് കാക്കയുടെ മുട്ടകൾ മുഴുവനും തിന്നുതീർക്കുന്നു. കാകി വീണ്ടും ഗർഭിണിയായി. ഇനിയും ദുരന്തമുണ്ടാവാതെയിരിക്കുവാൻ എന്തുണ്ടു കരണീയം എന്നു ചിന്തിച്ച് കാക്ക സഖിയായ ഗോമയത്തോടു കാര്യം പറഞ്ഞു. ഗോമയമെന്നാൽ ക്രോഷ്ടാവെന്നർത്ഥമാം, കുറുക്കനെന്നും ചൊല്ലാം. കാക്കയുടെ സങ്കടം കേട്ട് ഗോമയപ്രവരൻ പറഞ്ഞു. മുമ്പൊരിക്കൽ തെളിനീർക്കുളത്തിലെ മത്സ്യങ്ങളെ കൊന്നുതിന്നുന്ന ഒരു കൊക്കുണ്ടായിരുന്നു. ഈ ഘാതകനായ കൊക്കിനെ ഒരു കർക്കടം കടിച്ചുകൊന്ന ചരിത്രം അറിയില്ലേ. അറിയില്ല. "കാകനും പറഞ്ഞിതു ഞാനതു കേട്ടിട്ടില്ല."

അതു പറയാം എന്നായി ഗോമയം.

"പടുവൃദ്ധനായ ഒരു പക്ഷിയുണ്ടായിരുന്നു. കൊക്കിന്റെ വംശവന്നു പിറന്ന അതിന് ഉയർന്നുപറക്കുവാനും ഇര പിടിക്കുവാനും ശക്തിയില്ലാതായി. അങ്ങനെ വിഷണ്ണനായി സ്വകഷ്ടസ്ഥിതിയോർത്ത് അനങ്ങാതെ ഇരുന്നു. കൊക്കിന്റെ വ്യസനിച്ചുള്ള ഇരിപ്പുകണ്ട് ഒരു ഞണ്ട് – കർക്കടം – അന്വേഷിച്ചു.

"ഹേ പക്ഷീ, താനിങ്ങനെ തിന്നാതേയും കുടിക്കാതേയും ഇരുന്ന് ദുഃഖിക്കുവാനെന്തുമൂലം. പറയൂ സഖീ."

"കർക്കടരാജാ. പറയാം. കൊറ്റികളായ ഞങ്ങൾ നീറ്റിലെ മത്സ്യത്തെകൊണ്ടാണ് ജീവിക്കുന്നത്. അതറിയാമല്ലൊ. പക്ഷേ, ഇപ്പോൾ മഹാദുരിതം ഭവിക്കാനടുത്തിരിക്കുന്നു. കൈവർത്തകമ്മാർ വന്ന് ഈ തടാകം വലവീശുവാനുദ്യമിക്കുന്നതായറിഞ്ഞു. മുക്കുവന്മാർ വലവീശിയാൽ കൊക്കുകളായ ഞങ്ങളുടെ അന്നം മുട്ടും."

കൊക്കിന്റെ മുന്നറിയിപ്പു കേട്ട് തടാകത്തിലെ മഹാമത്സ്യങ്ങൾകൂടി ഭയന്നു. വമ്പനായ കൊമ്പൻസ്രാവും കണ്ണനും കരിമീനും ചെമ്പനും പരലും പരിഭ്രമിച്ചുവശായി. അവയൊക്കെ ജലോപരി തല ഉയർത്തി ഒരുമിച്ചു പറഞ്ഞു:

"അല്ലയോ ബകശ്രേഷ്ഠാ! വെള്ളത്തിൽ ജീവിക്കുന്ന ഞങ്ങളെ ഉള്ളത്തിൽ കനിവില്ലാതെ വലയിട്ടു പിടിക്കുന്ന ദാശന്മാരിൽനിന്നും ഞങ്ങളെ രക്ഷിക്കണേ. അവിടുന്ന് എന്തെങ്കിലും സൂത്രം കണ്ടെത്തി ദുഷ്ട മുക്കുവരുടെ നിർമര്യാദയെ നീക്കണം. എവിടെനിന്നാണോ ഏതൊരുവനിൽനിന്നാണോ സാധുക്കൾക്ക് സങ്കടം സംഭവിക്കുന്നത്

അവിടെ കൈതവം പ്രയോഗിക്കാം. പണ്ട് വാമനമൂർത്തി ഭൂ പാതാള സ്വർഗങ്ങൾ മഹാബലിയിൽനിന്ന് സൂത്രത്തിൽ വ്യാജം പറഞ്ഞുതരാക്കിയില്ലേ.

അപ്പോൾ ബകം ഉവാച

"മത്സ്യബന്ധനത്തിനെത്തിയ മുക്കുവരോട് മത്സരിക്കുവാൻ വെറും കൊറ്റിയായ എനിക്കാവില്ല. ഞാൻ ഒരേയൊരുപകാരം മാത്രം ചെയ്യാം. നിങ്ങളെയൊക്കെ മറ്റൊരു ജലാശയത്തിലെത്തിക്കാം. അവിടെ മത്സ്യപ്പിടുത്തക്കാരുടെ ശല്യമുണ്ടാവില്ല."

വൃദ്ധനായ കൊക്കിന്റെ വാക്കുകേട്ട് മത്സ്യങ്ങൾക്ക് ഉത്സാഹമായി. അവറ്റ ദിനംതോറും ഓരോന്നോരോന്നായി കൊക്കിന്റെ മുമ്പിൽ വന്നു. കൊക്ക് അവരെ വേദനിപ്പിക്കാതെ വാത്സല്യപൂർവം എടുത്ത് ദൂരെ കൊണ്ടുപോയി സുഖമായി ഭക്ഷിച്ചു. കുറെനാൾ ഇങ്ങനെ കഴിഞ്ഞു. കൊക്കാകട്ടെ ദിനംതോറും തടിച്ചുകൊഴുത്തു. അതുകണ്ടപ്പോൾ ഇതിലെന്തോ കള്ളത്തരമുണ്ടെന്നു ഞണ്ടിനു തോന്നി. പിറ്റേദിവസം ആ കുളീരവൻ കൊക്കിന്റെ അടുത്തുചെന്നു പറഞ്ഞു.

"ഹേ, സ്നേഹനിധിയായ പക്ഷീ. ഇന്ന് നീ എന്നെ കൊണ്ടുപോകുക. ആ പുത്തൻസരസ്സ് നമുക്കു ജീവിക്കുവാൻ ഉത്തമമാകും. മുമ്പുചെന്നു പറ്റിയ സുഹൃത്തുക്കളെ കാണുകയുമാവാം."

അതുകേട്ട് ബകം ചിന്തിച്ചു. ഏറെക്കാലമായി മീൻ തിന്നുന്നു. ഒരു മാറ്റം മോഹിക്കുന്നുമുണ്ട്. നിത്യമായാൽ അമൃതും രുചികെടും. ഞണ്ടിൻമാംസം ബഹുരസം. കൊതിയേറുന്നു.

കൊക്കു പറഞ്ഞു. നന്നായി. ഇന്ന് നിന്റെ ഊഴം. അതുംപറഞ്ഞ് കൊക്ക് ഞണ്ടിനെ കൊത്തിയെടുത്തു പറന്നു. പതിവായി മത്സ്യം തിന്നുന്നിടത്ത് ചെന്നു. അവിടെ അനവധി മത്സ്യാസ്ഥിക്കൂട്ടംകണ്ട് ഞണ്ട് ചിന്തിച്ചു. കൊക്ക് മഹാദുഷ്ടനാണ്. മത്സ്യങ്ങളെ രക്ഷിക്കാമെന്നു പറഞ്ഞ് ഭക്ഷിക്കുകയാണ്. വഞ്ചിച്ച് കൊന്നുതിന്നുകയാണ്. ഇന്ന് ഞാനവന്റെ കഥ കഴിക്കും. അഥവാ ആ ഉദ്യമത്തിൽ ഞാൻ മരിച്ചാൽ അതും പുണ്യംതന്നെ. സാധുസംരക്ഷണാർത്ഥം ജീവൻ പോയാലും വീരസ്വർഗംതന്നെ. കൊറ്റിയുമായി ഏറ്റില്ലെങ്കിലും മരിക്കും. യുദ്ധത്തിൽ രണ്ടും സംഭവിക്കട്ടെ. അങ്ങനെയുള്ള സന്ദർഭത്തിൽ യഥാശക്തി സംഗരം ചെയ്യുകയാണ് വേണ്ടത്. അതാണ് മഹദ്വാക്യം. ആപ്തവാക്യമാണത്.

ഇങ്ങനെ ചിന്തിച്ചുറച്ച് ഞണ്ട് കൊക്കിന്റെ കൊക്കിൽനിന്നു കുതറിച്ചാടി യുദ്ധത്തിനൊരുങ്ങി. ഞണ്ടിന്റെ ധിക്കാരം പൊറാഞ്ഞ് കൊറ്റിയും

വക്കാണമാരംഭിച്ചു. വക്കാണം മൂത്ത് കയ്യാങ്കളി കൊഴുത്തു. ഒടുവിൽ ഞണ്ട് കൊറ്റിയുടെ നീളൻ കഴുത്തിൽ കൂർത്ത നഖമമർത്തി കൊല ചെയ്തു.

അതുപോലെ ശത്രുനിഗ്രഹത്തിന് എന്തെങ്കിലും ഉപായമുണ്ടാവും ഹേ, കാകീ! ശ്രദ്ധിച്ചുകേൾക്കൂ. ഞാനുപദേശിക്കാം. എന്നിങ്ങനെ ക്രോഷ്ടാവ് കാക്കച്ചിയോടു പറഞ്ഞു.

"നീ കാണുന്നില്ലേ, ദാ, അടുത്ത സരസ്സിൽ രാജാവിന്റെ പട്ടമഹിഷി നീരാട്ടിനായെത്തിയിരിക്കുന്നു. രാജ്ഞി അഭ്യംഗത്തിന് ഒരുങ്ങുംമുമ്പ് അരഞ്ഞാണം അഴിച്ചുവെച്ചിരിക്കുന്നു. സഖീ, കാകീ, നീ സൂത്രത്തിൽ പറന്നുചെന്ന് അരഞ്ഞാണം കൊത്തിയെടുത്ത് മരക്കൊമ്പിൽ തൂക്കി അനങ്ങാതിരിക്കണം. അതുകണ്ട് വഴിപോക്കർ അരഞ്ഞാണം കൈക്കലാക്കുവാൻ യത്നിക്കും. അവർ മരത്തിൽ കയറി ആഭരണം എടുക്കുവാനായി യത്നിക്കുമ്പോൾ നീയത് പാമ്പിൻപുറ്റിനു സമീപം ഇടുക. പാമ്പ് പത്തിവിടർത്തി ചീറ്റും. അതുകണ്ട് വഴിപോക്കർ അതിനെ തല്ലിക്കൊല്ലും. ഹേ കാക്കപ്പെണ്ണേ, അങ്ങനെ നിന്റെ ദുഃഖം തീരും. പാമ്പിൻപക നിന്നിൽ പതിയുകയുമില്ല." അഗ്രജൻ കേട്ടുവല്ലോ.

"യൽക്കാര്യമുപായംകൊണ്ടഞ്ജസാ സാധിക്കുന്നു
തൽക്കാര്യം പരാക്രമംകൊണ്ടു സാധ്യമല്ലെന്ന്."

മുയൽ സിംഹത്തെ സിദ്ധി പൂകിച്ചത്

ദമനകൻ പറഞ്ഞ. "പ്രിയ ജ്യേഷ്ഠാ! ബുദ്ധിയാണ് മുഖ്യം. ബുദ്ധിയില്ലെങ്കിൽ കായബലംകൊണ്ട് ഒരു കാര്യവുമില്ല. ബുദ്ധിമാനായ മുയൽ സിംഹരാജനെ സിദ്ധി പൂകിച്ച കഥ അഗ്രജൻ കേട്ടിട്ടില്ലെങ്കിൽ ഞാൻ പറയാം."

പണ്ടങ്ങുമദോൽക്കടനെന്നൊരു മഹാസിംഹം
കണ്ടെത്തുംമൃഗങ്ങളെയൊക്കവേ ഭക്ഷിക്കുന്നോൻ"

ഉണ്ടായിരുന്നു. ഒരാവശ്യവുമില്ലെങ്കിലും കാണുന്ന മൃഗങ്ങളെ മുഴുവനും കൊല്ലും. സിംഹത്തിന്റെ വൃഥാഹിംസ സഹിക്കവയ്യാതായ മൃഗങ്ങളൊക്കെവെ ചേർന്ന് യോഗം കൂടി. മൃഗരാജനോടു പറഞ്ഞു: "മഹാരാജാവേ, മഹാശക്തനായ അവിടുന്ന് ഈ വിധം ദുരാചാരം തുടർന്നാൽ അടിയങ്ങളെങ്ങനെ ജീവിക്കും. അതുകൊണ്ട് അവിടേക്കു സമ്മതമായ ഒരു വ്യവസ്ഥ അടിയങ്ങൾ ചെയ്യാം. പണ്ട് പക്ഷിരാജനായ ഗരുഡന്റെ മുമ്പിൽ ദിനംതോറും ഊഴമിട്ട് പന്നഗങ്ങൾ

ഇരയായി എത്തിയിരുന്നുവല്ലോ. അതേപോലെ, ഒരുനാളും മുട്ടാതെ അടിയങ്ങൾ ഓരോരുത്തരായി അവിടത്തെ അന്നമായിക്കൊള്ളാം. മൃഗ രാജൻ പ്രജകളുടെ വ്യവസ്ഥ അംഗീകരിച്ചു. അന്നു മുതൽ തിരു മുമ്പിൽ അന്നന്നയ്ക്കുള്ള അന്നമായി ഊഴമിട്ട് ഓരോ മൃഗങ്ങൾ എത്തി. ആ വിധം മാസമൊന്നു കഴിഞ്ഞു. വൃദ്ധനായ ശശത്തിന്റെ ഊഴമെത്തി. മരണദിനം വന്നെത്തിയതറിഞ്ഞ് മഹാദുഃഖിതനായ ആ മുയൽ മനശ്ശാന്തിയില്ലാതെ ഉഴന്നു. ജനിച്ചാൽ മരിക്കും. ജനനമുണ്ടോ മരണവുമുണ്ട്. വിധി അലംഘനീയമാകുന്നു. പക്ഷേ, ദുർമരണം കർമ്മ ദോഷമെന്നേ പറയാവൂ. ദുഷ്ടനായ കേസരീന്ദ്രനെ വധിക്കുകയേ കര ണീയമുള്ളൂ. ബുദ്ധിമാന്മാർ വിചാരിച്ചാൽ നടക്കാത്തതായി എന്തുള്ളൂ. ഈ വിധം ചിന്തിച്ച് മുയലച്ചൻ മെല്ലെ മെല്ലെ നടന്നു. നേരം തെറ്റി യിട്ടും തന്റെ പാരണയ്ക്ക് മൃഗമെത്താത്തതുകൊണ്ട് സിംഹം കോപി ഷ്ടനായി. ഒടുവിൽ മന്ദംമന്ദം തന്റെ മുമ്പിലെത്തി ഭയന്നുവിറച്ചു നിൽക്കുന്ന മുയലിനെ നോക്കി സിംഹം ഗർജിച്ചു.

"എടാ ശശാധമാ! വിശപ്പുകൊണ്ട് നാം അവശനായി. നേരം വൈകുവാനെന്തു കാരണം." മൃഗരാജന്റെ ഗർജനം കേട്ട് ഭയം നടിച്ച് താണുതൊഴുത് മുയൽ പറഞ്ഞു:

"മഹാപ്രഭോ. പറയാം. അടിയന്റെ ഭയം ഇപ്പോഴും വിട്ടുമാറിയിട്ടില്ല. വഴിവക്കിൽ മറ്റൊരു മൃഗരാജൻ അടിയനെ പിടിക്കുവാൻ മുതിർന്നു. ഭയന്നുവിറച്ച അടിയൻ ഒരുവിധം വെട്ടിച്ചോടി മറ്റൊരു മാർഗം വഴി ഇങ്ങെത്തി. അടിയനെ രക്ഷിക്കണം. അവിടത്തെ രാജ്യാതിർത്തിയിൽ മറ്റൊരു രാജാവുണ്ടെന്നടിയനറിഞ്ഞില്ല. അവിടത്തെ മഹാരാജ്യത്തിൽ കുറുമ്പുകാട്ടി പ്രജകളെ വധിക്കുന്ന ആ സിംഹത്താനെ ഭയന്ന് അടി യങ്ങൾ സദാ ഭയന്നുവിറയ്ക്കുകയാണ്. അവനെ തടയുവാൻ അവി ടേക്കു മാത്രമേ ആവൂ. അടിയങ്ങൾ അവിടത്തെ പ്രജകളാണ്. അവിടത്തെ ആഹാരവുമാണ്. മറ്റൊരു മൃഗരാജൻ വന്ന് അടിയങ്ങളെ കൊന്നുതിന്നുന്നത് കഷ്ടംതന്നെ."

മുഴുവൻ കേക്കുംമുമ്പ് മദോൽക്കടൻ കോപംകൊണ്ടു വിറച്ചു. കാടു നടുങ്ങുമാറ് ഗർജിച്ചു.

"എടോ ദുർബലനായ മുയലേ, എവിടെ ആ മൂഢൻ. നമ്മുടെ രാജ്യാതിർത്തിയിൽ വൻഹുങ്കു കാണിക്കുന്ന അവനെ കാട്ടിത്താ. ആരായാലും നമ്മുടെ കുലത്തിൽ പിറന്നവനെങ്കിലും അവനെ വധിച്ചേ നാം ഭക്ഷണം സ്പർശിക്കൂ. എടാ വൃദ്ധനായ മുയലെ, നടക്ക്! ആ ശത്രു പാർക്കുന്നിടം കാണിച്ചുതാ. ഉം. വേഗം."

സിംഹരാജന്റെ കല്പനപ്രകാരം വൃദ്ധശശം വഴികാട്ടി മുമ്പു നടന്നു. നടന്നുനടന്ന് ഉൾക്കാട്ടിൽ വലിയ കുണ്ടൻകിണറിന്റെ വക്കത്തെത്തി. ഭയം നടിച്ച് കിണറിന്റെ വക്കത്തുനിന്നു പറഞ്ഞു:

"മൃഗരാജ! ഈ വക്കത്തുനിന്ന് താഴോട്ടു നോക്കിയാൽ അവിടത്തെ ശത്രുവിനെ കാണാം. അവിടത്തെ തനിഛരായ! ഇപ്പോൾ നിശ്ശബ്ദം വിശ്രമിക്കുന്നു."

എന്നതുകേട്ട് സിംഹം കോപിച്ച് കുണ്ടൻകിണറ്റിലേക്ക് സൂക്ഷിച്ചു നോക്കി. സ്വന്തം പ്രതിബിംബം കണ്ട് തന്റെ പ്രതിദ്വന്തി എന്നു കരുതി ഊറ്റത്തിലൊന്നലറി. സിംഹഗർജ്ജനം പാതാളക്കിണറ്റിൽ മാറ്റൊലി കൊണ്ടു. അതുകേട്ട് മദോൽക്കടൻ അത്യധികം കോപിഷ്ടനായി ഒന്നുകൂടി ഊക്കിൽ ഗർജിച്ചു. കൊല്ലുന്നങ്ങു നിന്നെ ഞാൻ. കിണറിന്റെ അഗാധതയിൽനിന്ന് അതേ പ്രതിധ്വനി മുഴങ്ങി. മദോൽക്കടന് ദേഷ്യം സഹിക്കവയ്യാതായി. കോപം ബുദ്ധി നശിപ്പിക്കുമല്ലോ. ക്രുദ്ധനായ മൃഗരാജൻ കാടുനടുങ്ങുമാറ് ഗർജിച്ച് കിണറ്റിലേക്ക് എടുത്തുചാടി. കഷ്ടം! ഊറ്റക്കാരനായ ആ കേസരിരാജൻ വെള്ളത്തിൽ കയ്കാലിട്ടടിച്ചും മുങ്ങിപ്പൊങ്ങിയും വെള്ളംകുടിച്ച് പള്ളവീർത്ത് ചത്തുപൊങ്ങി.

ദമനകന്റെ ഹിതം

"വയസ്സേറെചെന്ന മുയലച്ചൻ ബുദ്ധിശക്തിയാൽ ശത്രുവിനെ സംഹരിച്ച കഥ കേട്ടുവല്ലോ. ശരീരബലമല്ല മുഖ്യം. കായബലത്തെ ജയിക്കുവാൻ ബുദ്ധിശക്തിക്കാവും."

എന്നു പറഞ്ഞ ദമനകനെ അനുഗ്രഹിച്ച് കരടകൻ പറഞ്ഞു.

"സോദരാ. ചെല്ലൂ. നീ പോയി കാര്യം സാധിക്കൂ. സ്വസ്തി. ഭദ്രമസ്തുതേ സഖേ."

അതുകേട്ട് ദമനകൻ സഞ്ജീവക പിംഗളന്മാർ മേളിച്ചുല്ലസിക്കുന്ന ഗുഹയിൽ ചെന്നു.

"രാജരാജ! അടിയന് രണ്ടുവാക്ക് അവിടത്തോട് ഉണർത്തിക്കുവാനുണ്ട്. രഹസ്യവുമാണ്. അതിനാൽ അവസരം നൽകിയാലും."

ദമനകന്റെ ആവശ്യം അറിഞ്ഞ് പിംഗലക സിംഹം അടുത്തുള്ള മറ്റൊരു രഹസ്യകന്ദരത്തിൽ ചെന്നിരുന്ന് ദമനകനെ ഗൂഢഭാഷണത്തിനായി വിളിച്ചു.

ദമനകൻ ഒതുങ്ങിനിന്ന് ഒതുക്കിപ്പറഞ്ഞു.

"തമ്പുരാനെ! അവിടേക്ക് അടിയനോടുള്ള സ്നേഹവാത്സല്യങ്ങൾക്ക് ഇളക്കംതട്ടുമോ എന്നു ഭയന്നാണ് അടിയൻ ഉണർത്തിക്കുവാൻ ശങ്കിക്കുന്നത്. പ്രഭോ. കാര്യങ്ങൾ വിചാരിപ്പാൻ കാര്യക്കാരനെ ഏല്പിക്കാതെ താൻ തന്നെ വന്നുണർത്തിച്ചാൽ ആ ദുസ്സാമർത്ഥ്യം സഹിക്കാതെ മന്നവർ കോപിക്കും. മുമ്പുള്ള സ്നേഹം ഭിന്നമാവുകയും ചെയ്യും."

പിംഗലകൻ പറഞ്ഞു:

"പ്രിയസഖേ, ദമനകാ. എനിക്കു നിങ്കൽ കൂടപ്പിറപ്പിനോടുള്ള സ്നേഹമുണ്ട്. നീ നമ്മുടെ സചിവോത്തമന്റെ ഇളയപുത്രനുമാണ്. നീ എന്താണു പറയുവാൻ ഓങ്ങിയത്. ശങ്കയില്ലാതെ പറയൂ."

ദമനകൻ പറഞ്ഞു:

"നമ്മുടെ സഞ്ജീവകനെന്ന നന്ദിമുഖ്യനുണ്ടല്ലോ. അവൻ ശക്തനാണെങ്കിലും മഹാലുബ്ധനുമാകുന്നു. ശക്തി മൂന്നുവിധമാണല്ലോ. ഉത്സാഹം, പ്രഭുത്വം, യുക്തിയുക്തമായ യന്ത്രം. ഇവ മൂന്നും എന്റെ സ്വാമിക്കുണ്ട്. എങ്കിലും മഹാപ്രഭുവായ അവിടുന്നറിയണം. സഞ്ജീവകൻ നമ്മുടെ രാജ്യം സ്വന്തമാക്കുവാൻ മോഹിക്കുന്നവനാണ്."

അതുകേട്ട് കുറഞ്ഞൊരാശ്ചര്യവും തെല്ലുഭയവും നിമിത്തം സിംഹരാജൻ തെല്ലിട മൗനിയായി നിന്നു. ദമനകൻ തുടർന്നു: "മമ സ്വാമി തന്നുടെ പ്രധാനമന്ത്രീശ്വരൻ മഹാവൃഷഭം എന്നതിൽ വരുന്നൊരു ദേഷമുണർത്തിക്കാം." ഇപ്പറയുന്നത് വെറുംവാക്കല്ല. വിദ്വൽമതവുമാകുന്നു. രാജനീതി പഠിച്ചറിഞ്ഞ മഹാന്മാർ അരുളിയതാണ്. ഉന്നതനായ രാജാവിന്റെ തോളിലും ഉന്നതനായ മന്ത്രിയുടെ ചുമലിലും കാലൂന്നിയാണ് രാജലക്ഷ്മി നിൽക്കുന്നത്. സ്ത്രീചിത്തമനുസരിച്ച് രാജലക്ഷ്മി രണ്ടാലൊരാളെ ഉപേക്ഷിക്കും. കമല ചഞ്ചലയാണല്ലോ. നഗരശ്രീയായ ദാസീമണി രണ്ടു വിത്തേശ്വരന്മാരെ ഒരുമിച്ചു പ്രേമിക്കുമെങ്കിലും സ്നേഹം രണ്ടുപേരിലും തുല്യമാവുകയില്ല. അതാണ് രാജലക്ഷ്മിയുടേയും പ്രകൃതം. രാജാവിനെ ഉപേക്ഷിച്ച് മന്ത്രിയെ സ്വീകരിക്കും. അല്ലായ്കിലോ സചിവനെയുപേക്ഷിച്ച് നൃപനെ സ്വീകരിച്ചെന്നും വരാം. അതുകൊണ്ട് അവിടന്ന് കരുതിയിരിക്കണം. ഒരേയൊരു മന്ത്രിയെ മാത്രം സർവ്വാധിപതിയാക്കുന്നത് ഉചിതമല്ല. അങ്ങനെ വരുമ്പോൾ ആ സർവാധി മഹാഅഹംഭാവിയായി ഭവിക്കും. ഒടുവിൽ അവൻ സർവത്ര ഉദാസീനനനുമാകും. സ്വന്തം ഉൽക്കർഷം മാത്രം ചിന്തിക്കും. അതോടെ അവൻ സ്വാമി നിന്ദയാരംഭിക്കും. തന്നെ താനാക്കിയ പ്രഭുവിനെ മറക്കുകയും ചെയ്യും. പ്രഭുവിന്റെ കളത്രപുത്രാദികളെ അവഗണിക്കും. നിത്യവും തനിക്കുപകാരം ചെയ്യുന്നവനാണെങ്കിലും

പ്രത്യുപകാരം ചെയ്യുന്നവരില്ല. അവസരം വന്നാൽ തനിക്കുപകാരം ചെയ്തവരെ മറന്ന് സ്വസ്ഥാനം ഉറപ്പിക്കും. അത്തരം സ്വാമിദ്രോഹികളെ മൂക്കുംമുമ്പ് മുളയിലേ നുള്ളുന്ന രാജാവാണ് രാജാവ്. അന്നത്തിൽ വിഷം കണ്ടാൽ അപ്പഴേ ത്യജിക്കണം. പല്ലുകൾ ഇളകിയാലപ്പഴേ പറിക്കണം. ഉപേക്ഷ കാണിച്ചാൽ മറ്റു പല്ലുകളും ഇളകും. ദുഷ്ടമന്ത്രിയുടെ കൂട്ടുകാരെക്കൂടി മുരടടക്കം മുറിച്ചുമാറ്റിയേ തീരൂ. തൊട്ടുതിന്നവരുടെ മക്കൾക്കും പെണ്ണുങ്ങൾക്കും ദോഷംതട്ടും. ഒടുക്കം രക്ഷകനായി സ്വാമിയും ഇല്ലാതാകും. നമ്മുടെ സഞ്ജീവക്കാള സ്വാതന്ത്ര്യം തുടങ്ങുന്നത് പ്രജകൾക്ക് നീരസമുണ്ടാക്കുന്നു എന്നു ധരിക്കേണം. ഭാവി ശ്രേയസ്കരമാകുവാൻ എന്തുവേണ്ടൂ എന്ന് ഈ വണ്ടിക്കാളയ്ക്കറിയാമോ. സ്വാമിക്കറിയില്ലേ കണ്ഠത്തിൽ നുകംവെച്ച് കണ്ടത്തിൽ പൂട്ടാനിറങ്ങേണ്ടവനാണ് ഈ കൂറ്റൻ കാള. ഇങ്ങനെയൊരുവനെ കാര്യക്കാരനാക്കുന്നതെന്തിനാണ്. ലക്ഷണയുക്തനായി കാര്യങ്ങൾ തിരിയുന്ന ഒരാളാണ് മന്ത്രിയാവേണ്ടത്. കണ്ട വരത്തനും മറ്റുമല്ല. ലക്ഷണഹീനരായ രാജദ്രോഹികൾ തിന്നുമുടിക്കാനും കലഹം സൃഷ്ടിക്കുവാനും മാത്രം മതിയാവും. അന്യരുടെ ധനത്തിൽ ആഗ്രഹമില്ലാത്തവരും അംഗനംശയനം കൊതിക്കാത്തവരാരാനും രാജസേവയ്ക്കു പുറപ്പെടുമോ. അഷ്ടിക്കുമുട്ടില്ലാത്തവരും രാജസേവയ്ക്കു തുനിയുമെന്നു വിചാരിക്കാനാവില്ല. സ്വശക്തിയില്ലാത്തവരും തറവാട്ടിൽ ശാപ്പാടിനു വകയില്ലാത്തവരും ഭക്തിനടിച്ച് പ്രഭുക്കളുടെ സേവകരായും കാര്യസ്ഥരായിട്ടും നിത്യരായിട്ടും പണ്ടാരവക നശിപ്പിച്ചു കഴിയുന്നുണ്ടാകും. അവരെക്കൊണ്ട് ആർക്കെന്തൊണു കാര്യം. സ്വകുക്ഷി വീർപ്പിക്കുന്നു എന്നു മാത്രം. കല്ല് കരട് മൂർഖനില്ലാത്ത കാട്ടിൽ പുല്ലുതിന്ന് കാടുവെളുപ്പിച്ചു എന്നതിലധികം ഇവനെന്തു ചെയ്തു. അങ്ങനെയുള്ള ഈ കാളയെ സ്നേഹിക്കുവാനെന്താണ് മൂലം. മഹാരാജൻ, പറയൂ."

അതുകേട്ട് കേസരി രാജൻ പറഞ്ഞു: "സഞ്ജീവകനോട് എനിക്ക് കടുത്ത ഇഷ്ടമുണ്ടെന്നറിയാമല്ലോ. ജാതിഹീനനായാലും ദുഷ്ടനായാലും ഇഷ്ടജനത്തെ ആർക്കും ഉപേക്ഷിക്കുവാൻ തോന്നില്ലല്ലോ. ദുർബലമായാലും ദൂഷ്യങ്ങൾ കോപിച്ചാലും സ്വശരീരം ത്യജിക്കുവാൻ ആർക്കാനും തോന്നുമോ."

ദമനകൻ പറഞ്ഞു:

"മഹാപ്രഭോ, ഇങ്ങനെ വന്നുതീർന്നത് ആരുടെ ദോഷംകൊണ്ടാണെന്നു വിചാരണ ചെയ്താൽ സ്വാമികൂടി അടിയനെ ഉപേക്ഷിച്ചു എന്നുവരും. എല്ലാവരെയും ഉപേക്ഷിച്ച് ഈ വൃഷഭത്തെ മാത്രം

പോറ്റുന്ന സ്വാമിയുടെ സാമ്രാജ്യം സ്വന്തമാക്കാൻ മോഹിക്കുന്നവനാണ് ഈ കാള. അങ്ങനെയുള്ള ഇവനെ ഇഷ്ടപ്പെടുവാനെന്താണ് ഹേതു. ഈ കാള മാത്രമാണ് മിത്രം എന്നുവന്നാൽ അവൻ സമ്പത്തപ്പിടി അവന്റേതാക്കും. അവിടേക്ക് സ്വശരീരം മാത്രം അവശേഷിക്കും. സജ്ജനാചാരങ്ങളെ ത്യജിച്ച് ദുർജ്ജനാചാരം സ്വീകരിക്കുന്നവൻ തന്റെ സ്ഥാനചലനം വരുംനേരത്ത് ശത്രുസംസ്ഥാനത്തോട് ചേർന്ന് സ്വപ്രഭുവിനെ ദ്രോഹിക്കും. ഭംഗി പറയാനറിയില്ലെങ്കിലും വാക്ക് മൂർച്ചയേറിയതെങ്കിലും നാളേക്കു നല്ലതുവരുവാനുപദേശിക്കുന്നവരുള്ള രാജ്യത്ത് സമ്പത്ത് താനേ വർദ്ധിക്കുമെന്നറിയൂ. സ്വന്തം അധീനത്തിലുള്ള മന്ത്രിമാരെ വിട്ട് മറുനാട്ടിലുള്ളവർക്ക് അധികാരത്തെ കൊടുക്കുന്ന ദുഷ്പ്രഭുവിന്റെ രാജ്യം ഛിദ്രമാകുമെന്നുറപ്പാകുന്നു. പ്രഭോ; രാജ്യം നഷ്ടമാകുവാൻ മറ്റൊന്നും വേണ്ട. പരദേശിക്കു സ്വദേശത്തോടാവും കൂറ്. കാലം കഴിഞ്ഞാലും മാതൃരാജ്യസ്നേഹം അവനിൽ കാണും. അതുകൊണ്ട് പ്രഭോ കരുതിയിരിക്കണം."

ഉക്തവാൻ മൃഗാധിപൻ. "ദമനകാ. നീയാണ് സഞ്ജീവകന് അഭയം നല്കി നമ്മുടെ മുമ്പിൽ എത്തിച്ചത്. നീയാണ് ഞങ്ങളുടെ മൈത്രിക്ക് കാരണം. അങ്ങനെയുള്ള നീതന്നെ വിരോധം പറഞ്ഞാൽ നാമെങ്ങിനെ സമ്മതിക്കാനാണ്."

ദമനകൻ പറഞ്ഞു: "മഹാപ്രഭോ, ഈ കാളക്കൂറ്റൻ ഇത്ര ദുഷ്ടനെന്ന് മുമ്പ് ഞാനറിഞ്ഞിരുന്നില്ല. ദുർജ്ജനങ്ങളെ എങ്ങനെയൊക്കെ സത്ക്കരിച്ചാലും സജ്ജനഭാവം ഉണ്ടാവില്ലല്ലോ. നിത്യം എണ്ണ തേച്ചുഴിഞ്ഞ് പന്തീരാണ്ടുകാലം കുഴലിലിട്ടാലും പട്ടിയുടെ വാല് വളഞ്ഞല്ലേ നിക്കൂ. ദുഷ്ടവലന്മാരെ സ്തുതിച്ചു നന്നാക്കുവാൻ വലന്മാർക്കുമാവുകയില്ല. എപ്പോഴും അമൃതരസപാനം ചെയ്താലും വിഷവൃക്ഷം സൽഫലം നൽകില്ലല്ലോ. പഞ്ചസാര തേൻഗുളം ചേർത്തുരുട്ടി തടം വെച്ച് പാലൊഴിച്ച് നനച്ചുവളർത്തിയാലും വേപ്പിന്റെ കൈപ്പ് പോവില്ല. സ്വന്തം യജമാനന് ആപത്തുവരാതെ രക്ഷിക്കേണ്ടവൻ ഇങ്ങോട്ടു പറഞ്ഞില്ലെങ്കിലും ശുഭാശുഭം പറഞ്ഞു മനസ്സിലാക്കണം. ത്യാജ്യനായവനോട് യോജ്യമായത് പറയരുത് എന്നുണ്ട്. സങ്കടനിവൃത്തി വരുത്തുന്നവനാണ് ബന്ധു; ദുഃഖം വരാതെ അനുഷ്ഠിക്കുന്നതാണ് കർമ്മം. ഭർത്താവിനെ അറിഞ്ഞു ശുശ്രൂഷിക്കുന്നവളാണ് നാരി. സത്തുക്കൾ ബഹുമാനിക്കുന്നവനാണ് വിദ്വാൻ. ദുർമ്മദം ജനിപ്പിച്ചില്ലെങ്കിലേ ക്രിയയുള്ളൂ. ദുർമോഹമില്ലാത്തവനാണ് സുഹൃത്ത്. തപ്പും തടവുമില്ലെങ്കിലേ മന്ത്രം നന്നാവൂ. വിഷയഭ്രാന്തില്ലെങ്കിലേ പുരുഷൻ നല്ലൂ. ഈ വിധം ഹിതം പറഞ്ഞാലും സ്വാമിക്കിപ്പോൾ പുംഗവപ്രേമത്തിന്

ഭംഗമില്ല. അത്യയ-അതിക്രമം - മതുകൊണ്ട് പിന്നെ വരുന്ന ദുരന്തം സേവകദോഷമെന്നേ പറയൂ. സ്ത്രീസംഗമാസക്തികൊണ്ടും മദ്യപാനംകൊണ്ടും ലോകനിന്ദിതനായി മത്തദന്തിയെപ്പോലെ മദിക്കുന്ന മഹീപതിക്ക് ദുഃഖം വരുന്നനേരം സേവക-ഭൃത്യദോഷം എന്നാണ് നൃപൻ ബോധിക്കുന്നത്. സ്വകർമ്മദോഷവും ചിന്തയുമാണ് കാരണമെന്ന് ചിന്തിക്കുകപോലുമില്ല.”

“ശരി ദമനകാ. പക്ഷേ, സഞ്ജീവകനെ എന്തു പറഞ്ഞാണ് വേർപെടുത്തേണ്ടത്. എങ്ങനെയാണുപേക്ഷിക്കുക. ഏതുവിധം? അതു പറയൂ.”

ദമനകൻ ചൊല്ലിനാൽ. “വേർപെടുത്തയച്ചാലും കുഴപ്പമാവും. അതും ചിന്തിക്കണമല്ലോ. ഈ ശക്തനായ പുംഗവപ്രവരൻ മറ്റൊരു ശക്തനായ നൃപനെ ആശ്രയിച്ച് നമ്മെ നശിപ്പിച്ചു എന്നും വരാം. അവൻ കാഴ്ചയ്ക്കു തോന്നിക്കുംപോലല്ല. നമ്മെ നന്നെ വേദനിപ്പിക്കും. ശത്രുത വരുമ്പോൾ സ്നേഹം മറക്കുമല്ലോ.”

“ദമനകാ! ഈ കാള നമ്മോടെന്തെടുക്കും. നമ്മെ സംഹരിപ്പാനിവനാകുമോ. കണ്ടോട്ടെ കൂറ്റൻ!”

ദമനകൻ പറഞ്ഞു: “ദുസ്വഭാവികളുടെ മനസ്സ് ആർക്കറിയാം. അവന്റെ ശീലമറിയാതെ വലിച്ചടുപ്പിച്ചതേ അബദ്ധം. അവൻ വിട്ടുപോയാലും നാശനഷ്ടം വരുത്തും. സ്വഭാവശീലമറിയാതെ കൊണ്ടുവന്നു താമസിപ്പിച്ചത് ഒട്ടും നന്നായില്ല. ശഠന്റെ ശാഠ്യം ആരറിവൂ. വാക്പടുവായാലും താർക്കികനായാലും മനസ്സറിയാത്തവനെ ഒപ്പം കൂട്ടരുത്. ഡിണ്ഡികൻമൂലം മന്ദവിസർപ്പിണിപേൻ പെണ്ണിനു നാശം വന്നതായി ഞാൻ കേട്ടിട്ടുണ്ട്. അക്കഥ പ്രഭുവിനു ബോധിക്കുവാനായി അടിയനുണർത്തിക്കാം.”

അക്കഥ സ്വാമിക്കിപ്പോൾ കേൾക്കണമെങ്കിൽ ചൊല്ലാം.

മൂട്ടയും പേനും തമ്മിലുണ്ടായ നേരമ്പോക്ക്

പണ്ട് ഒരു രാജാവിന്റെ പള്ളിമെത്തയിൽ മന്ദവിസർപ്പിണി എന്ന ആഢ്യപ്പേരുള്ള ഒരു പേൻ കുടികൊണ്ടിരുന്നു. ആ പെൺപേൻ സുഖമായങ്ങനെ കഴിയുമ്പോൾ ഒരു മൂട്ട എവിടെനിന്നോ വന്നെത്തി. മൂട്ടയ്ക്കു മക്കുണമെന്നും പേനിനു യൂകമെന്നും സംസ്കൃതനാമമാകുന്നു. മൂട്ടച്ചെക്കനെ കണ്ടപ്പോൾ പേൻപെണ്ണ് വേണ്ടപോലെ സൽക്കരിച്ചു. സൽക്കാരശേഷം സ്വൈരസല്ലാപം ചെയ്തിരിക്കെ ആ പെൺമണിപ്പേൻ മൂട്ടയോടു പറഞ്ഞു:

'ഭവാനിനി പോയാലും.'

സുന്ദരിപ്പേനിനൊപ്പം നാലുനാൾ പാർക്കുവാൻ മോഹിച്ചെത്തിയ ഡിണ്ഡികൻ മൂട്ട തന്റെ ആഗ്രഹം വെളിപ്പെടുത്തി. "ഓമലാളെ, നീയൊത്തു രമിക്കുവാനുള്ള മോഹം തടുക്കുവാനാവുന്നില്ല. നാലു നാൾ ഒന്നിച്ചു കഴിയാമെന്നു മോഹിച്ചുവന്നതാണ് ഞാൻ. ഒരു നാളെങ്കിലും നീയൊത്തു രമിക്കുവാൻ അനുവദിക്കണം. അതുമല്ല തമ്പുരാൻ തിരുമനസ്സിലെ ചോര കുടിച്ച് ഒരു ദിവസം രാജതുല്യം വാഴുവാനും കൊതിയാവുന്നു."

അതുകേട്ട് മന്ദവിസർപ്പിണി പറഞ്ഞു: "ഹേ, മക്കുണയുവാവേ, നിന്റെ കൂർത്തുമൂർത്ത പല്ലുകൊണ്ട് രാജാവിനെ ദംശിച്ചാൽ രാജകിങ്കരന്മാർ നിന്റെ കഥ കഴിക്കും. അതുകൊണ്ട് വൈകാതെ പോകൂ. പക്ഷേ, രാജകീയരക്തം പാനംചെയ്യുവാൻ കൊതിമൂത്ത മൂട്ട മന്ദവിസർപ്പിണിയുടെ പാദനമസ്കാരംചെയ്ത് അഞ്ചിക്കൊഞ്ചി പറഞ്ഞു. ഒരുനാളെങ്കിലും എന്റെ മോഹം സാധിപ്പിച്ചുതരണം."

"എങ്കിൽ, പേൻ പെൺമണി മൊഴിഞ്ഞു. എങ്കിൽ എന്റെ സ്വാമി പ്രിയയോടൊത്തുവന്ന് കാമലീലകളാടി നിദ്രകൊള്ളുമ്പോൾ നീ വന്ന് ക്ഷണനേരംകൊണ്ട് കടിച്ചു ചോരകുടിച്ച് മടങ്ങീടണം. ഒട്ടും താമസിക്കരുത്."

ഇഷ്ടപ്രാപ്തി കൈവന്ന മക്കുണം രാജരാജനെഴുന്നള്ളി പ്രേയസിയൊത്തു ശയിക്കുവാനാരംഭിച്ചപ്പോഴേ ക്ഷമയില്ലാതെ ഓടിച്ചെന്നു കടിച്ചു. മൂട്ടയുടെ കടിയേറ്റ മന്നവൻ ഉടനെ ഭൃത്യരെ വിളിച്ചു. തന്നെ കടിച്ച പ്രാണിയെ കണ്ടെത്തി നശിപ്പിക്കുവാൻ കല്പിച്ചു. കല്പന കേട്ടുവന്ന ഭൃത്യർ പട്ടുമെത്ത തട്ടിക്കുടയുമ്പോഴേക്കും വിരുന്നുവന്ന മൂട്ട ഓടിപ്പോയൊളിച്ചു. സേവകർ പള്ളിമെത്തയിൽ അരിച്ചുനീങ്ങുന്ന പാവം പേനിനെ കണ്ടു. മഹാരാജാവിനെ കടിച്ച കള്ളപ്പേനിനെ ഉടൻതന്നെ നഖത്തിൽവെച്ച് മുട്ടിക്കൊല്ലുകയും ചെയ്തു.

അതുകൊണ്ട് അസ്മൽ രാജരാജ! സ്വഭാവശീലമറിയാതെ ആരേയും സൽക്കരിക്കുന്നത് ദോഷം മാത്രമേ ചെയ്യൂ.

ദമനകന്റെ വാക്കുകേട്ട് സിംഹരാജൻ ചോദിച്ചു:

"സഞ്ജീവകവൃഷഭം നമ്മെ ദ്രോഹിക്കുമെന്ന് നിനക്കെങ്ങനെ ബോധ്യമായി."

"മഹാസിംഹമേ, തെല്ലൊന്ന് ഉപദ്രവിച്ചാൽ ഭയം ഭാവിച്ച് വിറച്ച് കാൽക്കീഴിൽ വരുമല്ലോ. അന്നേരം ബോധ്യം വരും."

ദമനകൻ സഞ്ജീവകന്റെ മുമ്പിൽ ചെന്നത്

"ഇത്ഥമങ്ങുര ചെയ്തു വന്ദിച്ചു ദമനകൻ
തത്രപോയ് സഞ്ജീവകൻ തന്നുടെ മുമ്പിൽചെന്നു"

ചോദിച്ചു സഞ്ജീവകൻ സൗഖ്യമോ ദമനക! സഖേ സൗഖ്യം തന്നെയല്ലെ.

ദമനകനുവാച. "സഞ്ജീവകാ. ഭൃത്യന്മാർക്ക് എന്തു സുഖമാണുള്ളത്. ആശ്രിതന്മാർക്ക് ആത്മജീവനിൽപോലും വിശ്വാസമില്ല. തനിക്കൊത്തത് ചെയ്തുംകൂട. ധനമേറുമ്പോൾ ഗർവിക്കാതാരാനുമുണ്ടോ. എത്ര ഭവ്യനായാലും കാമികൾക്ക് ആപത്തുണ്ടാകുമല്ലോ. രാജാവിന് ഇഷ്ടന്മാരുണ്ടോ. മൃത്യുലോകം പൂകാത്ത ജന്തുക്കളുണ്ടാകുമോ. എരപ്പാളിക്ക് മേൽഗതി ലഭിക്കുമോ. മൂർഖന്മാരുടെ സഹവാസികൾക്ക് എന്തു സുഖം. എന്താണു കാലം, ആരാണ് ബന്ധു, ദേശമേതാണ് എന്നെല്ലാം സദാ ചിന്തിക്കണം. വരവുചെലവുകളും ആസ്തി ബാധ്യതയും കണക്കാക്കണം. സ്വശക്തിയെന്താണെന്നും താനാരാണെന്നുമറിഞ്ഞിരിക്കണം. ഈ വിധം സദാ മനസ്സിരുത്തുന്നവർക്ക് ദോഷം വന്നു ഭവിക്കുകയില്ല."

ദമനകവാക്യം കേട്ട് കാള പറഞ്ഞു. "ദമനകാ, ഭവാനുപദേശിച്ച ലോകോക്തി ധരിച്ചു. ഇക്കാലം ഞാൻ ചെയ്യേണ്ടത് എന്താണെന്നു പറഞ്ഞാലും."

കാളക്കൂറ്റൻ ചോദിച്ചപ്പോൾ ദമനകൻ പറഞ്ഞു:

"ഹേ വൃഷഭരാജ, രാജാവിന്റെ വിശ്വാസംനിമിത്തം ഭവാൻ ഈവിധം കഴിയുന്നു. എങ്കിലും സേവകനായാലും നൃപനെ വിശ്വസിക്കരുത്. എപ്പോഴും ശങ്ക വേണം. എന്തെന്നാൽ നാരിയും നൃപനും ദുർജനങ്ങളിൽ ചേരുമല്ലോ. സജ്ജനങ്ങളിൽനിന്ന് ദ്രവ്യലാഭം ഉണ്ടാവുകയില്ല. നീചനേ ധനം വർദ്ധിക്കൂ. വർഷം താഴ്ന്ന ദിക്കിലാണ്.

ദുഷ്ടന്മാർ മന്നവപ്രീതി നേടുന്നതും ശിഷ്ടന്മാർ ഭ്രഷ്ടരാകുന്നതും കാണുന്നില്ലേ. ഗുണികൾ നന്മയുപദേശിച്ചാലും രാജാവിനാൽ ഉപേക്ഷിക്കപ്പെടുന്നത് സ്പഷ്ടം."

ദമനകൻ പറഞ്ഞതുകേട്ട് സഞ്ജീവകൻ ചോദിച്ചു:

ദമനക, സഖേ, എന്റെ മഹാസിംഹം കോപിക്കുമോ. അപ്പോൾ ദമനകനിങ്ങനെ പറഞ്ഞു. "കാരണമുള്ള കോപം തീരും. പക്ഷേ, കാരണം കൂടാതെ കോപിക്കുന്ന രാജാവിനെ തടുക്കുവാനാർക്കാവും. മുമ്പ്, കുറെകാലം മുമ്പ് ഒരിക്കൽ രാത്രിനേരത്ത് ആമ്പലെന്നു ധരിച്ച് ഒരരയന്നം ഏതോ വെള്ളിപ്പക്കിയെ ചെന്നുതൊട്ടു. പക്കി ഹംസത്തെ

കൊത്തി മുറിവേല്പിച്ചു. വേദനയും കോപതാപങ്ങളും സഹിച്ച അന്നം തടാകത്തിൽനിന്നു കയറി. അന്നുമുതൽ വെള്ളാമ്പൽപ്പൂ കണ്ടാൽ വെള്ളിപ്പക്കിയെന്നു കരുതി അരയന്നം അടുക്കാതായി. അസത്യത്തിൽനിന്നു ഭയന്നവർ സത്യത്തിൽനിന്നു പേടിക്കുമല്ലോ. മായാമോഹിതൻ പരമാർത്ഥമറിയുന്നില്ല. വൈദ്യന്മാരും സചിവരും വിദ്വാന്മാരും സാധ്യമായ ധനം മോഹിച്ച് പ്രഭുവിനെ സ്തുതിച്ചു പഥ്യത്തെ ഉപദേശിച്ചാൽ അതവർക്കുതന്നെ അപഥ്യമായി വരും. അതുമൂലം അവരുടെ പ്രയത്നം മിഥ്യയായിത്തീരും. കാര്യവും ആ വിധം തന്നെ."

ദമനകാ. സഞ്ജീവകൻ പറഞ്ഞു: "ഈ പറഞ്ഞതത്രയും മന സ്സിലായി. പക്ഷേ, രാജകോപത്തിന് ഞാനൊന്നും ചെയ്തില്ലല്ലോ. അപ്രിയം ചെയ്യാത്ത നമ്മോട് നൃപൻ വിപ്രിയം ചെയ്യുമെന്നു കരുതാനാവുമോ."

ദമനകൻ ഉത്തരമോതി.

"ഹേ, ശുദ്ധരിൽ ശുദ്ധനായ കാളേ, രാജമതം താങ്കൾക്കറിയാമോ. മന്നവർക്ക് ധൂമകേതുപോലെ പ്രജകളെ പീഡിപ്പിക്കുവാൻ ഹേതുവൊന്നും വേണ്ട. കാരണമായി ഒന്നുമേ കാണേണ്ടതില്ല. സജ്ജനം ചെയ്ത ഉപകാരം അപകാരമാവും. ദുർജ്ജനം ചെയ്ത അപകാരം ഉപകാരമായി മാറും. രാജസേവ പരാധീനമത്രെ. ഭരണകർത്താക്കളെ സേവിക്കുകയെന്നത് അസിധാരാ നടനമാകുന്നു. പരമപൂജനീയരായ യോഗികൾക്കും സാധ്യമല്ലെന്നറിയുക. മൂർച്ചയേറിയ വാളിൻ തലപ്പത്ത് നടക്കുവാനും മൂർഖൻപാമ്പിനെ ചുംബിക്കുവാനും സിംഹത്തെ കെട്ടിപ്പിടിക്കുവാനും ആർക്കുമാവില്ല. അഥവാ ആർക്കെങ്കിലും ആയാലും ആ ധീരാഭ്യാസിക്കും രാജസേവ അസാധ്യമത്രെ. നല്ലത് നല്ലതിനോട് ചേർന്നാലെ നന്നാവൂ. ശുദ്ധമായ നദീജലം സമുദ്രത്തിൽ ചേർന്നാൽ പാനം ചെയ്യുവാൻ പറ്റാതെയാവും. സൽപുരുഷനോട് ചേർന്നാൽ തുച്ഛമായ ഗുണവും പ്രകാശിക്കും. ചന്ദ്രരശ്മി വെള്ളിക്കുന്നിൽ പതിച്ചാൽ പത്തുമാറ്റ് ഏറുമല്ലോ. എന്നാൽ സജ്ജനങ്ങൾക്കു ഗുണമേറെയുണ്ടെങ്കിലും ദുർജ്ജനത്തോടു ചേർന്നാൽ നശിക്കും. അഞ്ജനശൈലത്തിൽ പതിച്ച വെൺകുളിർപ്രഭയും കറുത്തുപോകും. ദുഷ്ടരിൽ ചെയ്ത ഉപകാരവും മൂഢരിൽചെയ്ത സുഭാഷിതവും മരുപ്പറമ്പിലിട്ട വിത്തും നീചകരങ്ങളിൽ ചെയ്ത ദാനവും നഷ്ടമായിത്തീരും. ദാനം പാത്രമറിഞ്ഞുവേണം. ഓട്ടുപാത്രത്തിൽ വെച്ച നെയ്യ് ഭക്ഷിക്കുവാൻ യോഗ്യമല്ലാതായിത്തീരും. ഹേ! മഹാകാളക്കൂറ്റാധീശ്വരാ, വൻകാട്ടിൽ കരഞ്ഞപേക്ഷിക്കുംപോലെ, ചത്തു

വീർത്ത ശവത്തെ അലങ്കരിക്കുംപോലെ, വീട്ടുവളപ്പിൽ കാഞ്ഞിരം നട്ടുവളർത്തുംപോലെ, ഓരുള്ള നിലത്ത് മഴപെയ്യുംപോലെ, നായിന്റെ വാല് കുഴലിലിടുംപോലെ, ചെവിപൊട്ടനെ പാട്ടുകേൾപ്പിക്കുംപോലെ, കണ്ണുപൊട്ടൻ കണ്ണാടി നോക്കുംപോലെ, കുറ്റിക്കയ്യൻ വളയുംപോലെ, ബുദ്ധിയൗവാദാര്യവിദ്യാവിഹീനനെ സേവിക്കുന്നത് വിചിത്രവും അർത്ഥശൂന്യവും അനർത്ഥകാരണവുമാകുന്നു. ചന്ദനക്കാട്ടിൽ സർപ്പം വന്നുകൂടും; ശുദ്ധജലത്തിൽ മുതല വന്നുകൂടും. ഇങ്ങനെ ഗുണമുള്ള വസ്തു അനുഭവമില്ലാതെ വരും. ദുഷ്ടസമ്പർക്കം സമസ്തഗുണാനുഭവവും നഷ്ടമാക്കും. നമ്മുടെ മഹാസിംഹം കാണുന്നവരോടൊക്കെ സ്നേഹസൗജന്യങ്ങൾ കാണിക്കുന്നു. പക്ഷേ, മനസ്സ് മഹാക്രൂരമാണ് കാളശ്രേഷ്ഠ. ധൂർത്തരായവർ വഴിപോക്കരെ വഴിയിൽ പോയി എതിരേറ്റു കൊണ്ടുവരും. ഇരുകൈയും കൂട്ടിപ്പിടിച്ചും കണ്ണുനിറച്ചും ആനന്ദത്താൽ തൊണ്ടയിടറിയും കുശലം ചോദിക്കും. കള്ളത്തരവും കള്ളച്ചിരിയും കാട്ടി കള്ളംപറഞ്ഞ് ഒരു വറ്റ് ചോറെങ്കിലും കൊടുക്കാതെ പറഞ്ഞയയ്ക്കുകയും ചെയ്യും. സമുദ്രതരണത്തിന് കപ്പലും, ചെറുതോണി-വള്ളം-വഞ്ചി-ചങ്ങാടവുമുണ്ടാക്കി, രാത്രിസഞ്ചാരത്തിന് പാനീസ് ചൂട്ടും തൂക്കി വിളക്കുചങ്ങലവട്ടയും സൃഷ്ടിച്ച്, കാറ്റില്ലാത്തപ്പോൾ വീശുവാൻ ആലവട്ടം-വിശറിയും ഉണ്ടാക്കിയും ഗജശിക്ഷണത്തിനായി കാരക്കോല്, കത്തി, തോട്ടി, കുന്തവും നിർമ്മിച്ചും കുണ്ടൻകിണറ്റിൽ നിന്നു വെള്ളമെടുക്കുവാൻ തുലാത്തേക്ക് യന്ത്രങ്ങളും ചക്രവും തന്ന ധർമ്മിഷ്ഠനായ ബ്രഹ്മാവിനുപോലും ദുഷ്ടജനചിത്തം നന്നാക്കുവാൻ ഒരുപായം തോന്നിയില്ലല്ലോ."

ഈവിധം ദമനകൻ ദുഷ്ടജനസ്വഭാവം വിസ്തരിക്കും നേരത്തിങ്കൽ ശുദ്ധനാം സഞ്ജീവകൻ ചിന്തിച്ചു. ലുബ്ധന്മാരായ ജന്തുക്കളുടെ നടുക്കാണല്ലോ ഞാനും. ശഷ്പാന്നം ഭുജിച്ചുവന്ന എനിക്കിപ്പോൾ ഒരാവശ്യവുമില്ലാതെ സിംഹസേവനമെന്ന ദുഃഖവും വന്നുചേർന്നു. ഈ കുറുക്കന്മാർ തന്നെയാണ് സിംഹത്തെ ഭേദിപ്പിച്ച് വിരോധിയാക്കിയത്. കള്ളന്മാരുടെ സംസർഗ്ഗഫലമെന്നേ പറയേണ്ടൂ. ചില ചില യുക്തികൾ ഞാൻ പറഞ്ഞാൽ ഈ കുറുക്കന്റെ കുരുട്ടുബുദ്ധിയും യുക്തിയും വാദവും വഴിമുട്ടിയേക്കും. ഈവിധം ചിന്തിച്ച് പുംഗവാൻ സഞ്ജീവകൻ ഭംഗിവാക്കിത്ഥം ഉരചെയ്തു.

അന്തികറക്കുമ്പോൾ അംബുജം കൂമ്പുമെന്നറിയാത്ത വണ്ടുകൾ രാവപ്പിടി താമരയിൽ ബന്ധിതരാവുന്നുവല്ലോ. വെള്ളം കുടിക്കുവാൻ വരുന്ന കരീന്ദ്രൻ ആ താമര പിഴുതുകളയുകയും ചെയ്യുന്നു.

ഇനിയെന്തു സംഭവിക്കുമെന്നു മേൽപ്പോട്ട് ചിന്തിക്കുവാൻ ജന്തുക്കൾക്ക് കഴിവില്ല. ഇരവിൽ വിടരുന്ന പിച്ചകവും കുറുമൊഴിമുല്ലയും കൈതപ്പൂവും താമരയും തൊട്ട് നല്ല മധുപകരുന്ന കുസുമങ്ങളെയുപേക്ഷിച്ച് മൂളുന്ന ഭൃംഗങ്ങളും മത്തഗജത്തിന്റെ മസ്തിഷ്കത്തിൽ മദജലമുണ്ടെന്നു മോഹിച്ച് പാറിപ്പറന്നെത്തുമ്പോൾ ആനയുടെ തുമ്പിക്കൈ താഡനത്തിൽ ചത്തുചതഞ്ഞ് പോകുമല്ലോ. അതുപോലെ, ബലവാന്മാരുടെ മുമ്പിൽ ചെന്നുപെട്ടാൽ പ്രാണഹാനിയാവും ഫലം. ദുഷ്ടന്മാരായ കുറുക്കനും കാകനും ഒട്ടകത്തെ കൊന്നകഥ അറിയില്ലേ.

അക്കഥമാത്രം കേട്ടിട്ടില്ലെന്നു പറഞ്ഞ ദമനകൻ കേൾക്കുവാനായി വൃഷഭം പറഞ്ഞു.

"അക്കഥ മാത്രം കേട്ടിട്ടില്ലെന്നു ദമനകൻ

കേൾക്കനീയെന്നു വൃഷഭോത്തമൻ സഞ്ജീവകൻ."

ഒട്ടകത്തിനുണ്ടായ അപായം

വൻകാനനാന്തരത്തിൽ മദോൽക്കടനെന്ന നാമമായി ഒരു സിംഹത്താനുണ്ടായിരുന്നു. കാകനും ഗോമായുവും വ്യാഘ്രവും മൂന്നുമന്ത്രിമാരായിരുന്നു. ഗോമായു നമ്മുടെ കുറുക്കൻതന്നെ. മന്ത്രിമാർ മൂവരും കാടുചുറ്റി സഞ്ചരിക്കുമ്പോൾ ഒരു ഒട്ടകത്തെ കണ്ടു. വിവരമാരാഞ്ഞു. ഹേ, വികൃതരൂപി! നീ ഏതൊരു ജീവിയാണ്. ഇവിടെ എങ്ങനെ വന്നുപെട്ടു. സചിവന്മാരുടെ സംശയനിവാരണാർത്ഥം ഒട്ടകം ഉവാച.

"ഞാൻ ഒട്ടകം. പരദേശി. വാണിഭക്കാരുടെ വൻഭാണ്ഡം ചുമക്കുന്നു. ഭാരമേറ്റിയേറ്റി തളർന്നു ഞാൻ ഒളിച്ചോടിപ്പോന്നതാകുന്നു." അതുകേട്ട് കാക്ക,കുറുക്കൻ പുലിമാർ ഒട്ടകത്തെ സാമംപറഞ്ഞ് വശത്താക്കി. സ്വാമിസന്നിധിയിലെത്തിച്ചു. ആശ്രിതവത്സലനായ സിംഹം ഒട്ടകത്തിന് കഥനകനെന്നു നാമകരണം നടത്തി. അങ്ങനെ ഒട്ടകവുമൊത്തു മേളിച്ചു കഴിയവേ ഒരുനാൾ മദോൽക്കടകേസരി മന്ത്രിമാരോടു പറഞ്ഞു. മന്ത്രിമാരെ, കേൾക്കൂ, ജന്മനാ നാം ഒരു മുടന്തനാകുന്നു. കാലൊന്നു മുക്കാലാകയാൽ യൗവനത്തിലും കുതികുതിപ്പാൻ വിഷമം. ഇപ്പോൾ വാർധക്യവുമായി. നാം, നമ്മുടെ കുടുംബം, സചിവർ, സേവകർ, എല്ലാം ഭക്ഷണം ലഭിക്കാതെ വലഞ്ഞു. നമ്മുടെ അംഗവൈകല്യം പരാധീനതയുണ്ടാക്കുന്നു. അതുകൊണ്ട് നിങ്ങൾ പോയി അന്നം ശേഖരിക്കുക. നിങ്ങൾ മൂവരും ശീഘ്രഗാമികളാകുന്നു. പോയി യഥേഷ്ടം ഇരപിടിച്ച് മൂക്കുമുട്ടെ തിന്ന് കുംഭ വീർപ്പിക്കുക.

പിന്നെ നമുക്കും കുടുംബത്തിനും സിൽബന്തികൾക്കുമുള്ള മൃഗങ്ങളെ കൊന്നുകൊണ്ടുവരിക. ശുഭമസ്തു.

മദോൽക്കടന്റെ കല്പനകേട്ട് സചിവർ മൂവരും കാട്ടിൽ ഇര തിരഞ്ഞു നടന്നു. പക്ഷേ, ഒരു ചെറുജീവിയെപോലും കിട്ടാതെ, സ്വാമിയുടെ കല്പന നിറവേറ്റാനാവാതെ നിരാശരായി ഒടുവിൽ വായസരാജൻ പറഞ്ഞു: "സചിവമുഖ്യരായ സഖാക്കളെ! ഈ കഥനകനെ കൊണ്ട് എന്തുണ്ടുപകാരം. ആ കൂറ്റൻ ജന്തു മാംസം ഭക്ഷിക്കുകയുമില്ല. കാട്ടുമുൾച്ചെടികളാണ് അവനു പത്ഥ്യം. മുള്ളൻകള്ളിച്ചെടികൾ. ഈ കൂറ്റൻ ദേഹം നമുക്ക് ഇന്നത്തെ ചിലവിനു മതിയാകും. ഇവന്റെ ഇറച്ചി രുചിയുള്ളതാണെന്നും കേട്ടിരിക്കുന്നു."

കാകൻ പറഞ്ഞതുകേട്ട് കൊതിയൂറിയെങ്കിലും കുറുക്കനും പുലിയും പറഞ്ഞു.

"നമ്മുടെ പ്രഭു അഭയംകൊടുത്ത് പാർപ്പിക്കുന്ന ഈ ജന്തുവിനെ വധിക്കുന്നത് അധർമ്മമാവില്ലേ."

കാക്ക പറഞ്ഞു:

"എങ്കിൽ നാമൊക്കെ പട്ടിണികിടന്നു ചത്തു എന്നേ വരൂ." അപ്പോൾ കുറുക്കനും വ്യാഘ്രവും ഒപ്പം പറഞ്ഞു.

"പട്ടിണി കിടക്കുന്ന സ്വാമിയെക്കൊണ്ടുതന്നെ ഒട്ടകത്തെ കൊല്ലിക്കുകയാണു വേണ്ടത്. വിശന്ന് പൊരിയുമ്പോൾ പെറ്റമ്മതന്നെ സ്വദേഹരക്ഷാർത്ഥം പുത്രനെ കൊന്ന് പ്രാണരക്ഷ ചെയ്യുന്നു. ഗതിമുട്ടുമ്പോൾ സർപ്പിണി സ്വന്തം മുട്ടകൾ ഭക്ഷിക്കുന്നു. ആത്മരക്ഷയ്ക്കായി പ്രാണികൾ ചെയ്യുന്നതൊന്നും അധർമ്മമാവില്ല. വയറുപൊരിയുമ്പോൾ സത്തന്മാർ കൂടി കാരുണ്യം വറ്റിവരണ്ടവരായി മാറുന്നു. പിന്നെയല്ലെ മാംസാഹാരികളായ നമ്മെപ്പോലുള്ള വനജീവികൾ."

ഈവിധം സംസാരിച്ചുറച്ച മന്ത്രിമാർ മൂവരും സിംഹരാജനെ കണ്ടു തൊഴുതു നമസ്കരിച്ച് ഉക്തവാൻ കാകൻ.

"മഹാപ്രഭോ! കല്പനപോലെ അടിയങ്ങൾ കാടുമുഴുവനും അരിച്ചുപെറുക്കി. ഒരു ചെറുജീവിയെപ്പോലും കണ്ടില്ല. ഹിംസയല്ലാതെ ഇനി മറ്റൊരു മാർഗ്ഗമില്ല."

മദോൽക്കടൻ പറഞ്ഞു:

"ആവാം. നാം മാസാഹാരികളാകുന്നു. ഭക്ഷണത്തിനായുള്ള ഹിംസധർമ്മപ്പടിയുമാകുന്നു. നീ പറയുക. ഏതാണ് ഇര."

"മഹാപ്രഭോ. അടിയന്റെ പക്ഷം പറയാം. കഥനകധ്വംസനമാണ് ഉപായം."

അതുകേട്ട് സിംഹം കർണംപൊത്തി.

"ശിവശിവ! മഹാപാപം. മന്ത്രിമാരെ, ഒരിക്കലും ചെയ്തുകൂടാത്തത് പറയരുത്. അന്നദാനം, ഗോദാനം, ഭൂദാനം, സ്വദേഹദാനം തുടങ്ങി മഹാദാനങ്ങളിൽ മേത്തരമാണ് അഭയദാനം. ഞാൻ നൽകിയ അഭയദാനം ഞാൻതന്നെ അപഹരിക്കാമോ. ദത്താപഹാരത്തിനു പ്രായശ്ചിത്തമില്ല. അശ്വമേധത്തിനേക്കാൾ ഫലം ആശ്രിതത്രാണമെന്നല്ലോ മഹദ്വചനം."

അപ്പോൾ കാകശ്രേഷ്ഠൻ പറഞ്ഞു.

"രാജരാജ! അവിടന്നരുളിയത് സത്യം. എന്നാലോ അടിയനും ഒരു ശാസ്ത്രം ധരിച്ചിട്ടുണ്ട്. ഒരാളെ ഉപേക്ഷിച്ച് ഒരു കുലം രക്ഷിക്കാം. കുലം ത്യജിച്ച് ഗ്രാമം രക്ഷിക്കാം. രാജ്യരക്ഷയ്ക്കായി ഗ്രാമത്തേയും ഉപേക്ഷിക്കാം. ആത്മസംരക്ഷണത്തിനായി ഭൂമിയെത്തന്നെ ഉപേക്ഷിക്കാം. തമ്പുരാനെ! അവിടുന്നന്വേഷിക്കേണ്ടതില്ല. അടിയങ്ങൾ ഉപായം കണ്ടെത്താം. ഒട്ടകം തന്നെത്തന്നെ കൊന്നുതിന്നുവാൻ അനുവാദം തരും. സ്വദേഹസമർപ്പണം. സ്വാമിൻ കാത്തിരുന്നാലും."

മൗനം കൈക്കൊണ്ട സിംഹം അനുവാദം നൽകിയതായറിഞ്ഞ് മന്ത്രിമാർ അപ്പോൾത്തന്നെ ഒട്ടകത്തെ കൂട്ടിക്കൊണ്ടുവന്നു. മൗനം സമ്മതം എന്നുണ്ട്. തിരുമുമ്പിലെത്തിയ മന്ത്രിമാരിൽ മുഖ്യനായ വായസം പറഞ്ഞു.

"സിംഹരാജ! കാലക്കേടുതന്നെ. എന്നാലും അടിയങ്ങളുടെ തമ്പുരാൻ പട്ടിണികിടക്കരുത്. അത് പ്രജകൾക്ക് സഹിക്കുവാനാവില്ല. സിംഹരാജാ, മഹാപ്രഭോ, അതുകൊണ്ട് അവിടുന്ന് അടിയനെ കൊന്നുതിന്ന് ക്ഷുത്ത് അടക്കിയാലും."

അങ്ങനെ പറഞ്ഞ കാക്ക മദോൽക്കടന്റെ മുമ്പിൽ ചെന്നുകിടന്നു.

അപ്പോൾ സിംഹം തന്റെ മന്ത്രിയായ കാകനെ നോക്കി അരുളി.

"വിഡ്ഢിയായ കാകാ. നിന്റെ ശരീരം ഇത്തിരിയേ ഉള്ളൂ. നമ്മുടെ പല്ലിനിടയിൽ പോകുവാനുള്ള മാംസമില്ല. പോ. പോയി നിന്റെ പണി നോക്ക്."

അതുകേട്ട് കുറുക്കൻ തിരുമുമ്പിലെത്തി നമസ്കരിച്ചുണർത്തി.

"കാനനരാജ! കാക്കയേക്കാൾ അടിയന് ശരീരഭാരം ഏറും. മാംസം കൂടും. അതിനാൽ അടിയനെ ഭക്ഷിച്ചാലും. അവിടത്തെ ജഠരാഗ്നി ശമിക്കട്ടെ."

സിംഹം പറഞ്ഞു:

“നന്ന്! നീ യജമാനസ്നേഹി തന്നെ. പക്ഷേ, നീയും നമുക്ക് വിശപ്പിനുള്ള മാംസമാകയില്ല. അതുകൊണ്ട് നീയും ചെന്ന് സ്വന്തം തൊഴിൽ നോക്ക്. കർമ്മമാണ് മുഖ്യം. അതാണു ധർമ്മം.”

മന്ത്രിമാർ രണ്ടും മാറിനിന്നപ്പോൾ വ്യാഘ്രം തിരുമുമ്പിലെത്തി.

“മഹാപഞ്ചാനനാ. ഇവർ ഇരുവരേക്കാൾ മാംസം ഇനിക്കേറും. അതുകൊണ്ട് അവിടന്ന് ഇന്നേക്ക് എന്നെ ആഹാരമാക്കിയാലും.”

സിംഹം പറഞ്ഞു. “നിന്റെ യജമാനഭക്തി നാം ആദരിക്കുന്നു. പക്ഷേ, ഇല്ല. നാം നിന്നേയും കൊന്നുതിന്നുന്നില്ല. നീ നമ്മുടെ സചിവൻ. ആശ്രിതഹിംസയും മിത്രദ്രോഹവും നൃപോചിതമല്ല. അതിനാൽ നീയും പോയി മന്ത്രിസ്ഥാനത്ത് ഇരിക്കുക.”

ഇതൊക്കെ കണ്ടും കേട്ടും നിന്ന ഒട്ടകം തന്നെ നൃപൻ കൊന്നുതിന്നില്ല എന്നുറച്ചു വിശ്വസിച്ചു. സാവധാനം സിംഹത്താന്റെ തിരുമുമ്പിലെത്തി സ്ഫുടമായുണർത്തിച്ചു.

“മഹാകേസരിരാജ! അവിടുന്ന് അടിയനെ കൊന്നുതിന്നാലും. യഥേഷ്ടം മാംസമുള്ള ജീവിയാണ് അടിയൻ. അവിടേക്കും കുടുംബത്തിനും...”

ഒട്ടകം പറഞ്ഞുതീരുംമുമ്പ് വ്യാഘ്രവും ഗോമായുവും ഒറ്റച്ചാട്ടത്തിന് ഒട്ടകത്തിന്റെ പൂഞ്ഞയിൽ കയറി കുഞ്ഞുഞരമ്പു മുറിച്ചു. ഉദരം പിളർന്നു. ഉഷ്ട്രത്തെ കൊന്നതിന് രാജാവായ സിംഹത്തിനൊപ്പം വ്യാഘ്രവും ഗോമായുവും വായസവും സുഖിച്ചു എന്ന് ഞാൻ കേട്ടിട്ടുണ്ട്.

“എന്നതുകൊണ്ടു ചൊന്നേൻ ശുദ്ധരാം സാധുജനം
ദുർന്നയമ്മാരിൽ ചേർന്നാൽ ദൂഷണം ഭവിച്ചീടും.”

സഞ്ജീവകൻ തുടർന്നു:

“രാജസേവ രാജാക്കന്മാർക്കുകൂടി തീവ്രയത്നമാകുന്നു. ക്ഷുദ്രസംസർഗ്ഗത്താൽ സ്വഗുണങ്ങൾകൂടി പോയിപ്പോകും. നാടുവാഴുമൂഴിപൻ ഹീനജാതിയാണെങ്കിലും പരിജനം നന്നെങ്കിൽ നന്നാവും. കഴുകൻ കൂടി അരയന്നങ്ങൾ സേവകരായാൽ പതുക്കെ നന്നാവും. മറിച്ചും. മാംസഭോജികളായ കഴുകന്മാർ ഭൃത്യരായാൽ രാജഹംസം കൂടി ചീത്തയാവും. കഷ്ടംതന്നെ ഒരു മന്ത്രിയുടെ ദുഷ്ടഭാഷണം കാരണം സിംഹരാജന് എന്നോടുള്ള സ്നേഹവും കൂറും ഇല്ലാതായി. ദുർജനങ്ങൾ ഇടയ്ക്കിടെ കണ്ട് ഏഷണി പ്രയോഗിച്ചാൽ അങ്ങനെയെല്ലേ വരൂ. ഖലന്മാർക്ക് ഒരു കുറവുമില്ലതാനും. യോഗ്യരായവരെ

ദൂഷണം പറഞ്ഞുപറഞ്ഞ് നാക്കു തഴമ്പിച്ചവരാണല്ലോ അക്കൂട്ടർ. ഉത്തമനായ നൃപൻ പരദൂഷണം കേട്ടും ദുഷ്ടന്മാരുടെ അസത്യ ഭാഷണം കേട്ടും ചഞ്ചലചിത്തരാവില്ല.

രാജതേജസ്സും ഇടിത്തീയും ഏറ്റവും ഉൽകൃഷ്ടവും ശക്തവുമാകുന്നു. രാജതേജസ്സ് സർവത്ര പ്രകാശിക്കും. രണ്ടാമതു പറഞ്ഞതാകട്ടെ ഒരു ദിക്കിൽ മാത്രമേ പ്രകാശിക്കൂ. അപായം ഭയന്ന് ഈ സിംഹത്തെ വിട്ട് ശത്രുസിംഹത്തെ സേവിപ്പാൻ ഞാനുദ്ദേശിക്കുന്നില്ല. അങ്ങനെ ചെയ്താലും പാപമില്ലെന്ന് ധർമ്മഗ്രന്ഥങ്ങൾ പറയുന്നുണ്ട്. തന്നെ ദ്രോഹിക്കുന്നത് സൽഗുരുവായാലും ദുർമാർഗം തുടങ്ങിയാൽ ദൂരെ ഉപേക്ഷിച്ച് സന്മാർഗ്ഗികളെ സേവിക്കാം. ഞാൻ പിംഗളനോട് നേരെ നിന്നു പൊരുതും. ആയുധമായി നീണ്ടുരുണ്ട് മൂർച്ചയേറിയ രണ്ടു കൊമ്പുണ്ടല്ലോ. യാഗം ചെയ്ത് സ്വർഗം നേടുന്നവരുണ്ട്. യോഗസിദ്ധിയാൽ സ്വർഗ്ഗം നേടുന്നവരുണ്ട്. ദാനം ചെയ്തും മൗനം ദീക്ഷിച്ചും സ്വർഗം പ്രാപിക്കുന്നവരുമുണ്ടല്ലോ. അതിലൊക്കെ ഉത്തമം യുദ്ധത്തിൽ വീരമൃത്യു വരിക്കുകയാണ്. ഭൂരികർമ്മംകൊണ്ട് ചിലർ ഭവ്യരാകുന്നു. വൈരിനിഗ്രഹംകൊണ്ട് ദിവ്യരാകുന്നവരുമുണ്ട്. ഇതു രണ്ടും രണഭൂമിയിൽ ദേഹം വെടിയുന്നവർക്കു ലഭിക്കുമല്ലോ. ശത്രുവിന്റെ ചോറും തിന്നു ജീവിക്കുന്നത് ചലിക്കുന്ന ശവതുല്യമാകുന്നു. യുദ്ധം ചെയ്തില്ലെങ്കിലും മൃത്യു ഉറപ്പാണെങ്കിൽ യുദ്ധംതന്നെയുത്തമം എന്ന് ആചാര്യവചനമുണ്ട്. ആ സ്ഥിതിയിലാണ് ഞാൻ."

കുളക്കോഴി സമുദ്രത്തോട് കലഹിച്ചത്

"ഉക്തവാൻ ദമനകൻ, ശത്രുവാം ജനത്തിന്റെ
ശക്തിയങ്ങറിയാതെ പിണങ്ങും ജനങ്ങൾക്കു
ടിട്ടിഭം തന്നിൽ നിന്നു വാരിധിയെന്നപോലെ
കിട്ടീടം പരാഭവമെന്നതു ബോധിക്കണം."

മഹാമതിയായ ദമനക. എന്താണ് ആ കഥ! എന്നു സഞ്ജീവകൻ പറഞ്ഞതുകേട്ട് ദമനകൻ തുടർന്നു.

ടിട്ടിഭമെന്ന പക്ഷിയും കെട്ടിയ പെണ്ണുംകൂടി കടൽത്തീരത്ത് സുഖമായി കഴിയുംകാലം. ടിട്ടിഭമെന്നാൽ കുളക്കോഴി എന്നറിഞ്ഞാലും. അക്കാലം കുളക്കോഴിപ്പിടയ്ക്കു ഗർഭവുമുണ്ടായി. ഗർഭം പൂർണമായ നേരം പിട പൂവനോടു ചോദിച്ചു. "ഭർത്താവേ! പ്രസവം എവിടെയാണു നല്ലത്. ഈ കടൽത്തീരം ആപത്തുനിറഞ്ഞതാകുന്നു. ഒട്ടും സുരക്ഷിതമല്ല. ഈറ്റില്ലം എവിടെയാണുത്തമം." പ്രിയയായ കുളക്കോഴിയുടെ

അപായചിന്തയറിഞ്ഞ് ടിട്ടിഭം പറഞ്ഞു. “ഈ സമുദ്രം നമ്മെ വെല്ലാനാളല്ല. ശങ്കയന്യെ ഈ വാരിധീതീരത്ത് പ്രസവിച്ചാലും.”

അതുകേട്ട് ടിട്ടിഭി പറഞ്ഞു. “അഞ്ചുരാശിയും അവിടന്നും ഒട്ടും ചേരില്ല. സ്വയമറിയുക വിഷമം തന്നെ. താനാരെന്നറിയുകയാണ് മുഖ്യം. സ്വയം ചിന്തിക്കുന്നവന് ആപത്തുണ്ടാവുകയില്ല. ചിന്തിക്കാത്തവന് ആപത്ത് ഒത്തുചേരും.”

ടിട്ടിഭം പറഞ്ഞു: “പ്രിയേ, വല്ലഭേ, നീ ഞാൻ പറഞ്ഞതു കേട്ടാൽ മതി! ബന്ധുക്കൾ പറഞ്ഞ സദുപദേശങ്ങൾ കേൾക്കാത്തവർ മൂഢത്വം കൊണ്ടന്ധരായി അപകടത്തിൽചെന്നുചാടും. ബന്ധുവാക്യത്തെ കേക്കാത്തതുകൊണ്ട് ബന്ധമറ്റുവീണു ചത്തുപോയ കൂർമ്മത്തിന്റെ കഥ കേട്ടിട്ടില്ലെ. അതിനാൽത്തന്നെ പറഞ്ഞതനുസരിച്ചാൽ മതി.”

“എങ്ങിനെയതെന്നവൾ കേട്ടാലുമെന്നുകാന്തൻ”

അങ്ങകലെ ഒരിടത്ത് ഒരു വ്യാപിയാൽ

അഞ്ചുരാശി (അർത്ഥം വ്യക്തമല്ല)

കംബുഗ്രീവനെന്ന ഒരു കച്ഛപം സുഖമായി ജീവിച്ചിരുന്നു. രണ്ടു രാജഹംസങ്ങൾ ആമയ്ക്ക് - കച്ഛപത്തിന് ഉറ്റചങ്ങാതിമാരായി ഉണ്ടായിരുന്നു. സങ്കടൻ എന്നും വികടൻ എന്നും നാമമുള്ള അരയന്നങ്ങൾ ആമയുടെ ഏതു സങ്കടവും പരിഹരിക്കുവാൻ സന്നദ്ധരായിരുന്നു. അങ്ങനെയിരിക്കെ കഠിനഗ്രീഷ്മർത്തുവിൽ കുളംവറ്റി. ജലജീവികൾക്ക് ജീവിതം ദുസ്സഹമായിത്തുടങ്ങി. കഷ്ടകാലത്ത് സഹായം അറിഞ്ഞു ചെയ്യുകയാണല്ലോ ഉത്തമമായ സൗഹൃദലക്ഷണം. അതിൻപടി അരയന്നങ്ങൾ തമ്മിൽ തമ്മിൽ ചിന്തിച്ച് ആമയോടു പറഞ്ഞു:

“സുഹൃത്തേ, ഇവിടെ തെല്ലകലെ ഒരിക്കലും ഉറവു വറ്റാത്ത തടാകവും കുളങ്ങളുമുണ്ട്. നമുക്ക് അവിടെപോയി പാർക്കാം.” അതുകേട്ട് കംബുഗ്രീവൻ ഇങ്ങനെ പറഞ്ഞു:

“കൂട്ടുകാരെ, എങ്ങനെ ഇക്കണ്ടവഴി ഞാൻ നടന്നെത്തും. മന്ദഗാമിയാണല്ലോ ഞാൻ. നിങ്ങൾ ചിറകുള്ള ശീഘ്രഗാമികളും. നിങ്ങൾ പോകുന്ന ദിക്കിൽ ഞാനേതുവിധം എത്തിച്ചേരും.”

അപ്പോൾ രാജഹംസം പറഞ്ഞു:

“ആഗ്രഹമുണ്ടെങ്കിൽ മാർഗ്ഗവുമുണ്ട്. ഞങ്ങൾ പറയുന്നത് നിങ്ങൾ അനുസരിക്കുകയേ വേണ്ടൂ. ബാക്കി ഞങ്ങളായിക്കൊള്ളാം. താങ്കൾ മിണ്ടാട്ടം മറന്നിരിക്കുക.”

സുഹൃദ്വചനം കേട്ട് സമ്മതിച്ച കൂർമ്മത്തിന്റെ മുമ്പിൽ അരയന്നങ്ങൾ നീളവും ബലവുമുള്ള ഒരു മുളംകോലുമായെത്തി. ഹംസങ്ങളുടെ

ഉപദേശപ്പടി ആമ കമ്പിൽ മധ്യേ കടിച്ചുതൂങ്ങിക്കിടന്നു. ഒരു കാരണ വശാലും വായ തുറക്കരുതെന്നും എന്തു പ്രകോപനമുണ്ടായാലും പ്രതികരിക്കരുതെന്നും ഹംസങ്ങൾ മുന്നറിയിപ്പു നല്കി. മുളംകമ്പിൽ തൂങ്ങിക്കിടക്കുന്ന ആമയേയും ഭേസി അരയന്നങ്ങൾ ഉയർന്നുപറന്നു. പറന്നുപറന്ന് അങ്ങാടിത്തെരുവിൻമുകളിലെത്തി. ചന്തവാണിഭക്കാർ ഈ വിചിത്രമായ കാഴ്ചകണ്ട് കൈകൊട്ടിച്ചിരിച്ചാർത്തു. ഇതെന്തൊ രത്ഭുതം. ആശ്ചര്യം. മായക്കാഴ്ചയോ. അതോ വിചിത്രജീവിയോ. എന്നൊക്കെ വഴിപോക്കരും വഴിവാണിഭക്കാരും പരസ്പരം പറഞ്ഞ് ഒച്ച ഉയർത്തി. താഴെ അങ്ങാടിക്കൂട്ടങ്ങളുടെ ബഹളം കേട്ട് ഭയന്ന ആമത്തമ്പുരാനുണ്ണി വായതുറന്നു. അയ്യയ്യോ, എന്നു നിലവിളിച്ചു. വായ തുറന്നനേരം കച്ഛപം കടിവിട്ട് അങ്ങാടിത്തെരുവിൽ പുറംതല്ലി വീണു. ആകാശത്തുനിന്നു വീണ ആമയെ കണ്ട് കൊതിപെരുത്ത ഭടജനം അതിനെ പിടിച്ച് മലർത്തി ചുട്ടുതിന്നു.

കഥ പറഞ്ഞ് ടിട്ടിഭം ടിട്ടിഭിയോടുവാച.

തണ്ടുതപ്പിയായ ആ കൂർമ്മം ബന്ധുമിത്രവചനം അനുസരിക്കാ യ്കയാൽ വിനാശമടഞ്ഞു. നീ ധരിച്ചുവല്ലോ. എന്നാലും മനസ്സിലുറ യ്ക്കുവാനായി ഒരു കഥ കൂടി പറയാം. പ്രിയേ, ഭൂപാൽസിദ്ധി എന്നു ണ്ടല്ലോ. പറഞ്ഞുകേട്ട് ധർമ്മനീതികഥകൾ സിദ്ധിവരുന്നു. വേദം പോലെ ശ്രുതിയാണ് നീതിസാരം എന്നു താത്പര്യം.

പണ്ട്, ആ പഴയകാലത്ത ഒരു മഹാവാപിയിൽ വാണിരുന്ന മൂന്ന് മത്സ്യങ്ങളുടെ കഥ ഞാൻ പറയാം. അനാഗതവിധാതാവെന്ന മത്സ്യവും പ്രത്യുത്പന്നമതിയെന്ന മറ്റൊരു മീനും യത്ഭവിഷ്യനെന്ന മൂന്നാമനും ഒരുമിച്ച് വാഴുംകാലം. അക്കാലം ദാശമുഖ്യന്മാരിൽ ചിലർ വന്ന് കുളം നോക്കി തമ്മിൽതമ്മിൽ പറഞ്ഞു. "ഈ തടാക ത്തിൽ വെള്ളമേറെയില്ല. മീൻപിടിക്കുവാൻ പറ്റിയ കാലം. സുഖമായി വലവീശാം." മുക്കുവർ പരസ്പരം പറഞ്ഞത് അനാഗതൻ കേട്ടു ധരിച്ചു. ആ മത്സ്യം മറ്റു രണ്ടുപേരോടുമായി പറഞ്ഞു. "ബന്ധുക്കളെ, നമുക്ക് ഉടനെ ഈ ജലരാജ്യം വിടണം. വെള്ളം വറ്റുവാനാരംഭിച്ച ഈ കുളം മീൻപിടുത്തക്കാർ നോട്ടമിട്ടിരിക്കുന്നു. അതുകൊണ്ട് സമയം കളയാതെ ഇവിടെ നിന്നു പോകാം. മറ്റൊരു ജലാശയം കണ്ടെത്താം."

അപ്പോൾ ഉത്പന്നമതി പറഞ്ഞു: "ആപത്തുവരും വരും എന്ന് ചിന്തിച്ച് ഇപ്പോഴേ ഭയപ്പെടുന്നതെന്തിനാണ്. വരട്ടെ. വന്നാൽ ചിന്തിക്കാം. പോംവഴിയും കാണാം. ഏതാപത്തിലും ഉൾക്കാമ്പിലൊരുപായം ഉണർന്നുവരും. അവർക്ക് ഒരു ദുർഘടസന്ധിയിലും ഭയപ്പെടാനില്ല.

ആവശ്യനേരത്ത് വേണ്ടത് വേണ്ടപ്പെട്ടവർക്ക് തോന്നും. പണ്ടൊരു ദാസിപ്പെണ്ണ് ജാരന്മാർക്ക് ദോഷംവരാതെ മോഹം സാധിച്ചതറിയില്ലേ." ആ രസികത്തിയുടെ കഥ എന്താണെന്നു ചോദിച്ച മറ്റു രണ്ടു മത്സ്യങ്ങളോടായി ഉത്പന്നമതി വെടുപ്പായി പറഞ്ഞു:

കാലങ്ങൾക്കുമുമ്പ് പത്മാവതി എന്ന് ആഢ്യപ്പേരുള്ള ഒരു ഗോപസ്ത്രീ ഉണ്ടായിരുന്നു. കൗമാരം വിട്ട് യൗവ്വനം വന്നണഞ്ഞ ആ മനോഹരാംഗിയെ കാണുന്നവരൊക്കെ മോഹിച്ചു. പുരുഷകേസരികളൊക്കെ കാമിക്കുന്ന ആ പുഷ്പബാണസഖിയുടെ ജാരനായി ദണ്ഡപാശി എന്ന ഒരു ധനികനുണ്ടായിരുന്നു. ദണ്ഡപാശികനറിയാതെ ആ കുബേരന്റെ പുത്രനേയും പത്മാവതി ജാരനാക്കിവെച്ചു. ഒരുനാൾ ധനികകുമാരനുമായി പത്മാവതി രമിക്കുംനേരം ആ ജാരന്റെ പിതാവും വന്നുചേർന്നു.

സ്വപിതാവു വരുന്നതുകണ്ട് വല്ലാതെ പരിഭ്രമിച്ചുവശായ യുവാവിനെ പത്മാവതി വല്ലത്തിനകത്തൊളിപ്പിച്ച് മുട്ടിട്ടുമൂടി. ആപത്തുകൾ കൂട്ടത്തോടെയാണല്ലോ വരിക. പത്മാവതിയുടെ പതിയും ആ നേരത്തുതന്നെ വന്നുകയറി. കൗശലക്കാരിയായ പത്മാവതി അന്നേരം ഒരു സൂത്രം പ്രയോഗിച്ചു. ജാരനായ ദണ്ഡപാശികനോട് ഗൂഢമായി പറഞ്ഞു. "അവിടന്ന് ശുണ്ഠി നടിച്ച് കലിതുള്ളി ഓടിയാലും." വേശപ്പെണ്ണിന്റെ ഉപദേശം ധരിച്ച ദണ്ഡപാശി ശുണ്ഠികടിച്ച് ഉറക്കെയുറക്കെ അലറി പുറത്തേക്കോടി. അതുകണ്ട് പത്മാവതിയുടെ ഭർത്താവ് ചോദിച്ചു. "എടീ ഭാര്യേ, പ്രിയേ, ആ മനുഷ്യൻ എന്തിനാണ് ഇവിടെ വന്നത്? എന്തിനാണ് കോപിച്ച് തുറുകണ്ണുമായി അലറിവിളിച്ചോടിയത്? എന്തുണ്ടായി? എന്താണ് ഹേതു? ഞാനില്ലാത്തപ്പോൾ എന്തു നടന്നു?"

പത്മാവതി പറഞ്ഞു: "പ്രാണനാഥ! അയാൾ ശുണ്ഠി കടിച്ചുപോകുവാൻ ഞാൻ കാരണമായി ഭവിച്ചു. എന്തെന്നോ! എന്തോ ചില്ലറ അനുസരണക്കേടു കാണിച്ച പുത്രനെ അയാൾ കഠിനമായി മർദ്ദിക്കുവാനൊരുമ്പെട്ടപ്പോൾ പുത്രൻ പേടിച്ചുമണ്ടി ഇവിടെ വന്നുകേറി. പിന്നാലെ വരുന്ന താതനെ കാണാതെ ഞാനവനെ മുളംവട്ടിക്കകത്താക്കി മറ്റൊരു കൊട്ടകൊണ്ടുമൂടി മുകളിൽ മുണ്ടും വിരിച്ചു. നോക്കൂ, ആ പാവം ചെറുക്കൻ ഇപ്പോഴും പേടിച്ചുവിറയ്ക്കുന്നു."

അതുംപറഞ്ഞ് പത്മാവതി ദണ്ഡപാശിയുടെ മകനെ വല്ലത്തിൽനിന്ന് പുറത്തേക്ക് വലിച്ചെഴുന്നേല്പിച്ചു. ഭർത്താവിന്റെ മുമ്പിൽ നിർത്തി.

പത്മാവതീപതി പറഞ്ഞു. "നന്നായി. വല്ലാതെ കോപിച്ച് കലി തുള്ളിയ ആ മുറാളന്റെ കൈയിൽനിന്ന് ഇവനെ രക്ഷിച്ചത് നന്നായി. സ്വപിതാവായാലും ക്രൂരമായ ഭേദ്യം അരുതാത്തതാകുന്നു."

ഉത്പന്നമതിയെന്ന മത്സ്യം പറഞ്ഞതുകേട്ട് യൽഭവിഷ്യനെന്ന മീൻ പേടിവെടിഞ്ഞ് സ്വച്ഛന്ദം ഇരുന്നു. എന്നാൽ അനാംഗതൻ മറ്റൊരു ജലാശയം പ്രാപിച്ച് ഭയംകൂടാതെ കഴിഞ്ഞുകൂടി. സമയം ഒത്തുവന്നപ്പോൾ മുക്കുവർ വല-വടി-ആയുധങ്ങളുമായി മത്സ്യബന്ധനത്തിനെത്തി. അതുകണ്ട് ഉത്പന്നമതി വെള്ളത്തിൽ മീതെ വായും പിളർന്ന് ചത്തപോലെ മലർന്നുകിടന്നു. അതിനെ കണ്ട വലക്കാർ ചത്ത മീനെന്നു കരുതി പിടിച്ച് കരയ്ക്കിട്ട് വലവീശി. മുക്കുവർ കണ്ണിൽനിന്നകന്നപ്പോൾ ഉത്പന്നമതി പിടഞ്ഞുപിടഞ്ഞു ചെളിയിൽ ചാടി പുതഞ്ഞ് ഒളിഞ്ഞിരുന്നു. യൽഭവിഷ്യനെന്ന മീൻ ഭയന്നു സംഭ്രമിച്ചുഴലുമ്പോൾ മുക്കുവരതിനെ കാണുകയും പിടിച്ചുകൊണ്ടുപോയി പൊരിച്ചുതിന്നുകയും ചെയ്തു. "അതുകൊണ്ട് പറയുകയാണ് ആപത്തുവരുമ്പോൾ ഉപായവും തോന്നും. ഈശ്വരനാണു സാക്ഷി. നീ ഭയപ്പെടാതെ ഇരിക്കൂ."

ഭർത്താവിന്റെ വാക്കുകേട്ട് ടിട്ടിഭി സമുദ്രതീരത്തുതന്നെ മുട്ടയിട്ടു. അന്നേരം സമുദ്രംവന്ന് അലച്ചുകയറിക്കയർത്ത് തിരയടിച്ച് മുട്ടകളത്രയും കൊണ്ടുപോയി. നൊന്തുപെറ്റ് പിടക്കോഴി സന്താനദുഃഖം പൊറാഞ്ഞ് മാറത്തടിച്ചുകരഞ്ഞ് പതിയോടുരച്ചു. "കണ്ടില്ലേ, ഈ ക്രൂരസമുദ്രം നമ്മുടെ സന്താനത്തെ മുഴുവനും കൊണ്ടുപോയി. എനിക്കു ദുഃഖം സഹിക്കാനാവുന്നില്ല. നാഥാ..."

ടിട്ടിഭം പറഞ്ഞു: "പ്രിയേ, നീ ഒന്നുകൊണ്ടും ഖേദിക്കരുത്. ഞാൻ മഹായത്നം ചെയ്ത് വാരിധിയിൽനിന്ന് സന്താനങ്ങളെ വീണ്ടെടുക്കും. കാത്തിരുന്നു കാണൂ."

അതുംപറഞ്ഞ് ആ കുളക്കോഴി പക്ഷിസമൂഹത്തെ മുഴുവനും വരുത്തി. ആകാശസഞ്ചാരികളായ ചിറകുള്ള ജീവികളെ മുഴുവനും ഒന്നിച്ചുകൂട്ടി കുളക്കോഴി പക്ഷീന്ദ്രനായ ഗരുഡൻ വസിക്കുന്ന ദിക്കിലേക്കു പറന്നു. പക്ഷിരാജനെ വേണ്ടുംവിധം വണങ്ങി കുളക്കോഴി നടന്ന സംഭവമൊക്കെ ഉണർത്തിച്ചു. വിസ്തരിച്ചു കഥ കേട്ട് മനസ്സലിഞ്ഞ താർക്ഷ്യൻ പാൽക്കടലിൽ പള്ളികൊള്ളുന്ന ഭഗവാനെ ചെന്നുകണ്ടു. സാഷ്ടാംഗം നമസ്കരിച്ച് വിവരം ധരിപ്പിച്ചു. സ്വവാഹനമായ ഗരുഡന്റെ ദുഃഖം അറിഞ്ഞ വൈകുണ്ഠനാഥൻ വരുണനെ വിളിച്ച് കുളക്കോഴിയുടെ മുട്ടകൾ തിരിച്ചുനല്കുവാൻ കല്പിച്ചു.

അനന്തപത്മനാഭന്റെ കല്പനപ്പടി വരുണദേവൻ കുളക്കോഴിയുടെ മുട്ടകൾ മുഴുവനും തിരിച്ചുനല്കി.

"ഇക്കഥാപ്രസംഗത്തിന്നർത്ഥത്തെ വിചാരിച്ചാൽ
വിക്രമമേറുന്നൊരു വൈരിയോടമർചെയ്വാൻ
ദുർബ്ബലൻമാർക്കു മനസ്സുണ്ടാകില്ലെന്നാലൊരു
സൽഫലമിതുകൊണ്ടു സംഭവിച്ചീടും സഖേ"

പിംഗലസഞ്ജീവകന്മാരുടെ സമാഗമം

"ഇങ്ങനെ ദമനകൻ ചൊന്നതുകേട്ടു മഹാ-
നിംഗിതമറിഞ്ഞുരചെയ്തിതു സഞ്ജീവകൻ
സംഗരം ഭവിക്കുമ്പോൾ പിംഗലൻ തന്റെ ഭാവം
എങ്ങനെയെന്നുമപ്പോൾ സംഗതിയെന്നു ചൊൽക."

"ചൊല്ലിനാൻ ദമനകൻ
സഖേ ശ്രദ്ധിച്ചുകേൾക്കൂ"

"യുദ്ധാരംഭത്തിൽ പിംഗലൻ ചോടുറപ്പിച്ച് ദംഷ്ട്രം കാട്ടി വായ പിളർന്നു നില്ക്കും. കണ്ണ് ചോപ്പിച്ചും കർണം കൂർപ്പിച്ചും വാലുവളയാതെ കുന്തംപോലെ ഉയർത്തി സിംഹം നിൽക്കുന്നതുകണ്ടാൽ, സഖേ, നേരെ ചെന്ന് യുദ്ധത്തിനൊരുങ്ങുക." ഈവിധം ഏഷണി കൂട്ടി ദമനകൻ നേരെ സഹോദരനായ കരടകന്റെ സമീപമണഞ്ഞു. പ്രിയപ്പെട്ട കനിഷ്ഠസഹോദരനെ നോക്കി കരടകൻ പറഞ്ഞു.

"ദമനകാ, എന്തായി കാര്യങ്ങൾ. നിന്റെ ആഗ്രഹം നടന്നുവോ."

ദമനകൻ പറഞ്ഞു: "ജ്യേഷ്ഠാ, കാര്യങ്ങൾ സാധിതപ്രായമായിരിക്കുന്നു. മുന്നമേ ഏതാണ്ട് ഭിന്നിച്ചവരെ ഞാൻ വഴിപോലെ വേർതിരിച്ചിരിക്കുന്നു. പാതിയൊടിഞ്ഞ സാധനം ഭേദിക്കുവാൻ ബുദ്ധിമാന്മാർക്ക് തെല്ലും വിഷയമില്ലല്ലോ."

ഈവിധം പറഞ്ഞ് ദമനകൻ പിംഗലസന്നിധിയിലെത്തി അറിയിച്ചു.

"സ്വാമീ! ആ കാളക്കൂറ്റൻ വരുമ്പോൾ അവിടന്ന് വാലുയർത്തി കയർത്ത് ഘനഭാവത്തിലിരിക്കുക. ശ്രദ്ധിച്ച് സാവധാനം വേണം. അവിടത്തെ സ്ഥിതിസ്ഥാനങ്ങൾ മാനിക്കണം. അതിനൊത്ത് രാജകീയപ്രൗഢിയോടെ ഇരുന്നാലും."

ദമനകോപദേശംകേട്ട് പിംഗലൻ യുദ്ധസന്നദ്ധനായിരുന്നു. സിംഹരാജൻ സംഗരസന്നദ്ധനായി ഇരിക്കുന്നതുകണ്ട് സഞ്ജീവക കാളയുമെത്തി. പിംഗലന്റെ ഭാവംകണ്ട് കാളക്കൂറ്റൻ കൊമ്പുയർത്തി ചുരമാന്തി പോർവിളിച്ചെത്തി. സഞ്ജീവകന്റെ പോർവിളിയും യുദ്ധ

സന്നദ്ധതയും കണ്ടറിഞ്ഞ് സിംഹവും ഒരുമ്പെട്ടു. സഞ്ജീവക പിംഗലന്മാർ വൃതമഹേന്ദ്രന്മാരെപ്പോലെ യുദ്ധം തുടങ്ങി. വൃഷഭത്തിന്റെ മുക്കറയും സിംഹത്തിന്റെ ഗർജ്ജനവും ചേർന്ന് പോർക്കളം മുഖരിതമായി. കാളയും മൃഗരാജനും കുത്തിയും കടിച്ചും ചാടിയും ഉരുണ്ടുവീണും ഭൂമി പൊടിനിറഞ്ഞുമറഞ്ഞു. മുമ്പ് മിത്രങ്ങളായിരുന്നവരുടെ ഘോര-ഘോരയുദ്ധം കണ്ട് കരടകൻ പറഞ്ഞു.

"ദുർമ്മതിയായ ദമനക, നിന്റെ ദുരാചാരദുർന്നയങ്ങളാലാണ് എന്റെ സ്വാമി ഇപ്പോൾ ഈ ആപത്തിൽ ചെന്നുപെട്ടത്. സാമദാന ഭേദദണ്ഡങ്ങളിൽ പ്രഥമവും പ്രധാനവുമായ സാമം എന്നതേ ആദ്യം ആരംഭിക്കാവൂ. സാമത്താൽ സർവവും സാധ്യമായിവരും. കാമാനുകൂലമായ കാര്യവും ഭവിക്കും. ദാനഭേദദണ്ഡാദിമൂന്നും ഉചിതമല്ല. അവ മൂന്നും എണ്ണംകൂട്ടാനെ ഉപകരിക്കൂ. നീ കേൾക്കൂ. സൂര്യരശ്മി കൊണ്ടും, പാവകപ്രഭകൊണ്ടും സൂര്യകാന്താദി ദിവ്യമണിശ്രേണീ തേജസ്സുകൊണ്ടും വൈരമാമന്ധകാരം ശമിക്കുകയില്ല. അതാകട്ടെ ശമംകൊണ്ടുമാത്രമേ ശമിക്കൂ. ഇന്ദ്രിയനിഗ്രഹമാണല്ലോ ശമം. മന്ത്രിപുത്രനാണെന്നഹങ്കരിച്ച് നീ എന്റെ പ്രഭുവിന് ആപത്ത് വരുത്തിവെച്ചു. കഴിഞ്ഞതു കഴിഞ്ഞു. അതിനെപ്പറ്റി ചിന്തിച്ചിട്ട് ഫലമില്ല. രണ്ടാമതും അത്തരമൊരാപത്തു വരാതെ ശ്രദ്ധിക്കാം. എന്നാലും ദന്തിവൈരിയായ സിംഹരാജനും വൃഷഭേശ്വരനും തമ്മിൽ വീണ്ടും ഒന്നിക്കുവാനുള്ള ഉപായം ചിന്തിയ്ക്കൂ കൂടപ്പിറപ്പേ! സന്ധിസംഭാഷണമെന്ന നീതി സർവാദരണീയവും മനോഹരവുമാകുന്നു. തമ്മിൽ തമ്മിൽ കടിപിടികൂട്ടുവാൻ ഏറെപ്പേരുണ്ടാവും. എന്നാൽ ഒത്തുചേർക്കുവാൻ നന്നെ കുറച്ചുപേരെയുണ്ടാവൂ. ഭിന്നിച്ചു നിക്കും പുരുഷനെ ഒന്നുചേർക്കുന്നവനും സന്നിപാതത്തിന് ചികിത്സിച്ചു ഭേദമാക്കുന്ന വൈദ്യനും അവരവരുടെ സാമർത്ഥ്യം തെളിയിക്കണമെങ്കിൽ പരസ്പരം തെറ്റിയവരും പനിപിടിച്ചവരും വേണമല്ലോ. ഇതു രണ്ടുമില്ലാത്തിടത്ത് ഈ വിധമുള്ള വിദ്വാനും മൂഢനും സമരെന്നേ തോന്നൂ. നീചമാർഗ്ഗത്തിൽ ചെന്നുചാടുന്ന എഭുക്കളും ചേറ്റായമുള്ള കുളത്തിൽ പതിച്ച പശുവും മേൽപ്പോട്ടു കയറുവാൻ പരസഹായം സ്വീകരിച്ചേ തീരൂ. അന്യസഹായം ലഭിച്ചാലും ഏറെ ബുദ്ധിമുട്ടുകയും വേണം. കീഴ്പ്പോട്ടു വീഴുവാനും താഴുവാനും എത്രയും എളുപ്പമുണ്ടുതാനും. ഒരു സഹായവും ആവശ്യവുമില്ല. ദമനകാ, നീതന്നെയല്ലേ മുമ്പ് സഞ്ജീവകവൃഷഭത്തേയും സിംഹരാജനേയും ഒന്നിപ്പിച്ചത്. വൃഷഭത്തെ സിംഹസന്നിധിയിലെത്തിച്ചതും നീയാണ്. സഗുണനായ നമ്മുടെ സ്വാമി ഈ കാള വന്നതിൽപ്പിന്നെ നിർഗുണനായി നിരീശ്വരനായിത്തീർന്നുവല്ലോ. മഹാകഷ്ടം. രാജാവ് സർവഗുണവും

തികഞ്ഞവനെങ്കിലും ദുർമന്ത്രികൾ ഒപ്പം ചേർന്നാൽ ആർക്കും വേണ്ടാത്തവനായിത്തീരും. വൃത്തിയുള്ള വാപിയിൽ ജലം ശുദ്ധമാണെന്നിരിക്കിലും മുതലയുണ്ടെന്നുകേട്ടാൽ ആരും ഇറങ്ങാൻ ഭയപ്പെടുമല്ലോ. രഹസ്യവാസം ഭൂപതിമാർക്കു ചേർന്നതല്ല. ഗുണവാന്മാരുടെ മധ്യേയാണ് വസിക്കേണ്ടത്. ദുർഗുണികളൊത്തുള്ള ജീവിതം വർജിക്കണം. എല്ലാവർക്കും സമ്മതനായ സചിവന്മാർ സദാ ഒപ്പമുണ്ടായാൽ നൃപന് പരമസുഖം. മധുരം ചൊല്ലി മനസ്സിൽ കാപട്യം സൂക്ഷിക്കുന്ന മന്ത്രിമാർ ശുദ്ധവിഷമെന്നറിഞ്ഞാലും. പരദ്രോഹം മാത്രം ചിന്തിച്ചുകഴിയുന്ന നീ ബുദ്ധിമാനല്ല എന്നുകൂടി വന്നുകൂടും. ശാഠ്യം വിടാത്ത സൗഹൃദവും മൗഢ്യം വിടാത്ത ധർമ്മവും ജനദ്രോഹം ചെയ്തുണ്ടാക്കിയ വിത്തവും ലൗകീകം കൂടാത്ത സൽക്കാരവും, നിത്യം സുഖിച്ചിരുന്നുള്ള വിദ്യാഭ്യാസവും മനക്കാഠിന്യത്തോടുകൂടിയ കാമിനീസംസർഗ്ഗവും ആഗ്രഹിക്കുന്ന പുരുഷന്മാർ അധമരാകുന്നു. അവരൊക്കെ ഇച്ഛബുദ്ധികളാണെന്നു ഭവാൽ ബോധിക്കണം. ബാലനായ ദമനക, നിന്റെ ശീലം കണ്ടാൽ പിതാവിന്റെ ശീലവും പുത്രന്റെ സ്വഭാവവും ഭേദമില്ലെന്നു പറയുന്നത് സത്യമാകുന്നു. കൈതയിലുണ്ടാകുന്ന കായക്കും മുള്ളുണ്ടല്ലോ. നിന്റെ വ്യാജപ്രയോഗങ്ങൾ പിതൃദത്തമാകുന്നു. വെറുതെ ഞാനെന്തിനു ഹിതോപദേശത്തിനു മുതിരുന്നു. ചിന്തിച്ചതിൽ നിനക്കൊത്ത നേർവഴി കാണുന്നില്ല. കടുകടുത്ത ആയുധം കല്ലിൽവെച്ച് തല്ലിയാൽ വളയുമോ! പൊട്ടുകയല്ലേയുള്ളൂ? അറിയില്ലെ പണ്ട് നല്ലൊരു സൂചീമുഖിപ്പക്ഷി കുരങ്ങിന് നല്ലതുപറഞ്ഞതുകൊണ്ട് സ്വയം നശിച്ചു."

"എങ്ങനെയതെന്തെന്നു ചോദിച്ചു ദമനകൻ
എങ്കിൽ നീ കേൾക്കെന്നുരചെയ്തിതു കരടകൻ"

മുമ്പൊരിക്കൽ മരം കോച്ചുന്ന മഞ്ഞിൽ തണുപ്പു സഹിക്കവയ്യാതെ വാനരക്കൂട്ടം ഒരിടത്ത് ഒന്നിച്ചിരിപ്പായി. തണുപ്പകറ്റുവാനായി തീക്കനൽ തേടി ഒരു മർക്കടത്താൻ പുറപ്പെട്ടു. ഇരുട്ടിൽ വജ്രസൂചിപോലെ പറക്കുന്ന മിന്നാമിനുങ്ങിനെ തീപ്പൊരിയെന്നു നിനച്ച് കൈക്കലാക്കി, പിന്നിൽ പ്രകാശം പരത്തുന്ന ആ പ്രാണി തീപ്രാണിതന്നെയെന്ന് കരുതി കൂട്ടുകാരുടെ സമീപമെത്തി. കൂട്ടുകാരൊത്ത് ചപ്പിലകൂട്ടി തീപ്പൊരി ഊതിക്കത്തിക്കുവാൻ പുറപ്പെട്ടു. കപിക്കൂട്ടങ്ങളുടെ ബദ്ധപ്പാടുകണ്ട് തൊട്ടടുത്തുള്ള വൃക്ഷത്തിന്റെ ചെറുചില്ലയിൽ ഒരു സൂചീമുഖിപ്പക്ഷി ഇരുന്നിരുന്നു. കുരങ്ങന്മാരുടെ വിഡ്ഢിത്തം കണ്ട സൂചിമുഖി പതുക്കെ പറന്നുചെന്ന് അവരോടു പറഞ്ഞു: "ഹേ വാനരന്മാരേ! അത് തീപ്പൊരിയല്ല. മിന്നാമിനുങ്ങെന്ന ചെറുപ്രാണിയാകുന്നു.

ഊതിക്കത്തിക്കുവാനാവില്ല. വിഡ്ഢിയായ കുരങ്ങച്ചാ, അതിനെ വിടൂ." ചെറുപക്ഷിയുടെ സത്യവചനം കേട്ടു കോപിച്ച കുരങ്ങന്മാർ ശുണ്ഠി കടിച്ച് പറഞ്ഞു:

"നിന്നോടാരാനും ചോദിച്ചുവോ. ആവശ്യമില്ലാത്തിടത്ത് ഉപദേശിച്ചാൽ ഇതാണു ഫലം" അതുംപറഞ്ഞ് കുട്ടിക്കുരങ്ങൻ അതിനെ പിടിച്ച് പാറമേൽ അടിച്ച് ചതച്ച് കൊന്നുതിന്നു. അതാണ് ദമനക ഞാൻ പറഞ്ഞത്. വീണ്ടും പറയുന്നു. ദുഷ്പ്രയത്നങ്ങൾ വൃഥാവിലാണ്. തന്റെ ബുദ്ധികൊണ്ടും ശക്തികൊണ്ടും ദ്രവ്യംകൊണ്ടും ധർമ്മം കൊണ്ടും ശരീരസംരക്ഷണം ചെയ്യുന്നുവോ അവൻ ആരുടെ പുത്രനായി ഭവിക്കുന്നുവോ ആ മാതാവാണ് മാതാവ്. ആ അമ്മതന്നെ അമ്മ!

കരടകൻ പറഞ്ഞതുകേട്ട് മുഖംമങ്ങി മിഴിതാഴ്ത്തി കുണ്ഠിതനായി ദമനകൻ ഭൂമി നോക്കിനിന്നു. സഹോദരന്റെ വ്യസനഭാവംകണ്ട് കരടകൻ തുടർന്നു:

"ദുഷ്ടബുദ്ധി, ധർമ്മബുദ്ധി എന്നുപേരുള്ള ഇരുസഹോദരന്മാരിൽ ദുഷ്ടബുദ്ധി സ്വപിതാവിനെ ദുർഘടസ്ഥാനത്ത് പാർപ്പിക്കയാൽ നന്നെ ദുരിതം സഹിച്ച് ബുദ്ധിമുട്ടി മരിച്ചുപോയി. അതു കേട്ടിട്ടില്ലേ."

"അഗ്രജ! നമുക്കതു കേൾക്കണമെന്നു തമ്പി-

ക്കാഗ്രഹം സാധിപ്പാനുക്തവാൻ കരടകൻ."

ദുഷ്ടബുദ്ധിയും ധർമ്മബുദ്ധിയും

ശ്രേഷ്ഠികളായവരുടെ ചെട്ടിനാട്ടിൽ പട്ടണവാസിയായ ഒരു ചെട്ടിക്ക് രണ്ടു പുത്രന്മാരുണ്ടായി. ജ്യേഷ്ഠൻ ദുഷ്ടബുദ്ധി. അനുജൻ ധർമ്മബുദ്ധി. വ്യാപാരികളായ ചെട്ടികൾ ദേശാന്തരങ്ങൾ തോറും കച്ചവടം ചെയ്തുപോന്നു. ആവിധം വ്യാപാരാർത്ഥം പരദേശം പോയി വരുമ്പോൾ ചെട്ടിസഹോദരന്മാർ എളുപ്പവഴി നോക്കി ചെറുകാട്ടിലൂടെ നടന്നു. ദുഷ്ടബുദ്ധിയായ ഏട്ടൻ മുമ്പിലും ധർമ്മബുദ്ധിയായ അനിയൻ പിന്നിലുമായി നടക്കുമ്പോൾ ഒറ്റയടിപ്പാത വക്കത്തുള്ള ഒരു വൻമരം കടപുഴങ്ങി വീണുകിടക്കുന്നതു കാണാനിടയായി. ദുഷ്ടബുദ്ധി വൃക്ഷം കവച്ചുവെച്ച് മുമ്പെ പോയി. അനിയൻ വൃക്ഷത്തിന്റെ കടവരെ ചെന്ന് പ്രദക്ഷിണം വെച്ചു. അപ്പോൾ മരച്ചുവട്ടിൽ ഒരു വലിയ കുട്ടകം കണ്ടു. അതിലപ്പിടി സ്വർണമായിരുന്നു. സ്വർണം നിറഞ്ഞ ആ വൻഭരണിയുമുരുട്ടി ധർമ്മബുദ്ധി ജ്യേഷ്ഠന്റെ അടുത്തെത്തി വിവരം ധരിപ്പിച്ചു. നോക്കൂ ജ്യേഷ്ഠാ! വിലമതിക്കാനാവാത്ത വൻനിധി ലഭിച്ചിരിക്കുന്നു. എനിക്ക് ഒറ്റയ്ക്ക് ഇത് ഏറ്റുവാനും മേല.

നിക്ഷേപം കണ്ട ദുഷ്ടബുദ്ധി ധർമ്മബുദ്ധിയെ സഹായിച്ചു. ഇരുവരും കൂടി ആ വൻകനകശേഖരം തണ്ടിട്ടുകെട്ടി പെട്ടി വീട്ടിലേക്കു നടന്നു. പട്ടണം സമീപിച്ചപ്പോൾ ദുഷ്ടബുദ്ധി പറഞ്ഞു. "അനുജാ, ഇപ്പോൾ ഈ കനത്ത കനകവുമായി നാം പട്ടണം പ്രവേശിക്കുന്നത് ബുദ്ധിയല്ല. നഗരവാസികൾ കണ്ടാൽ കുഴപ്പമാകും. അതുകൊണ്ട് നമുക്കിത് ആരുമറിയാതെ ഗൂഢമായ സ്ഥാനംകണ്ട് കുഴിച്ചിടാം. തൽക്കാലം അതാണ് നന്നാവുക."

ശുദ്ധനായ ധർമ്മബുദ്ധി അതു സമ്മതിച്ചു. അവർ ഇരുവരും ചേർന്ന് നിധികുംഭം പെരുമരത്തിൻ ചുവട്ടിൽ കുഴിച്ചിട്ടു. മണ്ണ് മൂടി അടയാളം വച്ചു. ചെട്ടികൾ സ്വഗൃഹത്തിൽ ചെന്ന് കുറേനാൾ മൗനം ഭജിച്ചിരുന്നു. ഏറെനാൾ കഴിഞ്ഞപ്പോൾ ജ്യേഷ്ഠൻ ദുഷ്ടൻ തഞ്ചം പാർത്ത് ഒറ്റയ്ക്ക് പോയി. ഒട്ടുകഷ്ടപ്പെട്ടാണെങ്കിലും നിധി സ്വഭവനത്തിലെത്തിച്ചു. രാവിന്റെ നിശ്ശബ്ദതയിൽ വീടിനകത്ത് കുഴിച്ചിടുകയും ചെയ്തു. വീണ്ടും പലനാൾ കഴിഞ്ഞപ്പോൾ ജ്യേഷ്ഠനായ ദുഷ്ടബുദ്ധി അനുജനായ ധർമ്മബുദ്ധിയോടുരച്ചു. "അനിയാ, പണ്ട് നമ്മൾ കുഴിച്ചിട്ട സ്വർണ കുട്ടകം ഇപ്പോൾതന്നെ എടുത്തുകൊണ്ടുവരണം. ഇനിയിപ്പോൾ അത് ഗോപ്യമായി കൊണ്ടുവന്നാൽ ഒരു ദോഷവും ഭവിക്കുകയില്ല."

അതുകേട്ട് ധർമ്മബുദ്ധി പെരുമരത്തിൻ ചുവട്ടിൽ ചെന്നുനോക്കിയപ്പോൾ നിധികുംഭം കാണാഞ്ഞ് വല്ലാതെ പരിഭ്രമിച്ചു. ഈ പണി പറ്റിച്ചത് ജ്യേഷ്ഠനായ ദുഷ്ടബുദ്ധിതന്നെയാവും എന്നുറച്ച് അഗ്രജനെ കുറ്റപ്പെടുത്തി. കട്ടത് നീയാണെന്ന് ദുഷ്ടബുദ്ധി അനുജനേയും കുറ്റപ്പെടുത്തി. അവരിരുവരും തമ്മിൽ ശണ്ഠ മുഴുത്തു. ഒടുവിൽ ന്യായം വിധിപ്പാനായി രാജസദസ്സിൽ ചെന്നു. ചെട്ടികളുടെ വഴക്കിന്റെ സത്യാവസ്ഥ അറിയുനായി ന്യായാധിപൻ രണ്ടുപേരേയും ചോദ്യം ചെയ്തു. അന്യോന്യം മോഷ്ടാവെന്നും വഞ്ചകനെന്നും കുറ്റപ്പെടുത്തുന്ന കൂടപ്പിറപ്പുകളോട് സാക്ഷിയാരാണെന്ന് ന്യായാധിപൻ ചോദിച്ചു. വൃക്ഷം മാത്രം എന്ന് രണ്ടാളും പറഞ്ഞു. രണ്ടുപേരുടേയും പരസ്പരമുള്ള പഴികേട്ട് പിറ്റേന്ന് രണ്ടുപേരും ആ വൃക്ഷച്ചുവട്ടിൽ വരുവാനും അവിടെവെച്ച് ഈശ്വരപരീക്ഷ ചെയ്ത് കൈമുക്കി സത്യം ചെയ്യണമെന്ന് കല്പനയായി. ന്യായാധിപന്റെ സമക്ഷത്തിൽനിന്ന് വീട്ടിലെത്തിയ ദുഷ്ടബുദ്ധി സൂത്രത്തിൽ രഹസ്യമായി അച്ഛനെ കണ്ടു. ഒരു വാക്ക് സീമന്തപുത്രനായ തനിക്കുവേണ്ടി പറയണമെന്ന് അപേക്ഷിച്ചു. എങ്കിൽ അളവില്ലാത്ത ധനം ലഭിക്കുമെന്നും ധരിപ്പിച്ചു. താതനായ വൃദ്ധശ്രേഷ്ഠി കാര്യം മുഴുവനും ഗ്രഹിക്കാതെ എന്തു പറയണം, എപ്പോൾ പറയണം, ആരോടു പറയണം എന്നൊക്കെ അന്വേഷിച്ചു.

"പ്രിയപിതാവേ! പറയാം. ദുഷ്ടബുദ്ധി പറഞ്ഞു. ഇന്നു രാത്രി അവിടുന്ന് ഞാൻ പറയുന്ന വൻവൃക്ഷത്തിൽ ചെന്നിരിക്കണം. സൂര്യനുദിക്കുമ്പോൾ രാജസേവകരും മന്ത്രിയും സംരക്ഷകനും അവിടെ വന്നെത്തും. ഞങ്ങളുമുണ്ടാവും. അവർ സാക്ഷിമൊഴിയെടുക്കും. അപ്പോൾ അവർ കേൾക്കുംപോലെ ഉറപ്പിച്ചുപറയണം. 'ദ്രവ്യം എടുത്തത് ധർമ്മബുദ്ധിയാണെ'ന്ന്. അശരീരി ദിവ്യവാണിയാണെന്ന് മന്ത്രി ധരിക്കും. ദ്രവ്യം നമുക്കു ലഭിക്കുകയും ചെയ്യും."

അതുകേട്ട് ജനകൻ പറഞ്ഞു:

"നഷ്ടരാം നീയും ഞാനുമിങ്ങനെ ചെയ്തീടിനാൽ
ഏവനുമുപായത്തെ ചിന്തിക്കുന്നനേരംതന്നെ
കേവലമപായവും ചിന്തിച്ചേ ഗുണം വരൂ.
സ്വൈരമേബകത്തിന്റെ മുട്ടകൾ തിന്നും സർപ്പം
കീരിയാൽ താനും തന്റെ മക്കളും നശിച്ചല്ലോ
എങ്ങിനെയിതെന്നുടൽ ചൊല്ലിനാൽ ജനകനും"

അക്കാലം. പൊക്കംകൂടിയ ഊക്കൻ വൃക്ഷങ്ങളിലൊന്നിൽ കൊക്കും കളത്രവും സന്തോഷത്തോടെ കഴിയുംകാലം. കാലമെത്തിയപ്പോൾ കൊക്കിന്റെ പിട ഗർഭിണിയായി മുട്ടയുമിട്ടു. എന്നാൽ വിധി ക്രൂരംതന്നെ. ഒരു സർപ്പം വന്ന് മുട്ടകളൊക്കെ വിഴുങ്ങി. ഈവിധം തുടർന്നപ്പോൾ മഹാദുഃഖിതനായ ആ ബകം എന്തുണ്ടു കരണീയമെന്നറിയാതെ തൊട്ടടുത്ത കുളക്കരയിൽ ചിന്തയിലാണ്ട് ഒറ്റക്കാലിൽ നിന്നു. ആ നില്പുകണ്ട് കുളത്തിൽ വസിക്കുന്ന ഉറ്റ സുഹൃത്തായ ഞണ്ട് ചോദിച്ചു: മിത്രത്തിന്റെ അന്വേഷണത്തിനു മറുപടിയായി ഗൃഹസ്ഥനായ ബകം ദുഃഖകാരണം കുളീരസുഹൃത്തിനെ അറിയിച്ചു.

അപ്പോൾ ആ ഞണ്ട് മൊഴിഞ്ഞു:

"ചങ്ങാതീ! നീ പേടിക്കേണ്ട. ഉപായമുണ്ട്. ആപത്തിനെ തരണം ചെയ്യുവാൻ ഉത്തമമായ മാർഗ്ഗങ്ങളും കാണും. കൂട്ടുകാരാ ചെല്ലൂ. ചെന്ന് ചെറുമത്സ്യങ്ങളെ പിടിക്കൂ. എന്നിട്ട് അടുത്തുള്ള കീരിയുടെ മാളത്തിന്റെ തുടക്കംതൊട്ട് പാമ്പിന്റെ പോടുവരെ വരിവരിയായി ഇട്ടാലും. മത്സ്യഗന്ധമറിഞ്ഞ് നകുലം മടയിൽനിന്നു പുറത്തുവന്ന് സർപ്പത്തിന്റെ പുറ്റുവരെ വരിയിട്ട മീൻകുഞ്ഞുങ്ങളെ തിന്നുതിന്ന് കൊതിമൂത്ത് പാമ്പിൻമാളത്തിലും കയറും. അവിടെ ചുരുണ്ടുകിടക്കുന്ന സർപ്പത്തേയും സന്തതികളേയും കടിച്ചുകീറുകയും ചെയ്യും."

കുളീരോപദേശം ഗ്രഹിച്ച ആ ബകനാഥൻ അതേപോലെ ചെയ്ത് സർപ്പശല്യം ഒഴിവാക്കി. പക്ഷേ, ആ കീരിക്കുട്ടൻ പിന്നെ വൻമരത്തിൽ

കൊറ്റി കൂട്ടിയ കൂടു കണ്ടു. പന്നഗനാശം വരുത്തിയ ആ കീരി മരമേറി ബകദമ്പതികളെ കണ്ട് അവറ്റയേയും ശാപ്പിട്ടു. പുത്രാ. ദുഷ്ടബുദ്ധി! നിന്റെ സൂത്രം പ്രയോഗിച്ചാൽ ഞാനും നീയും ചത്തുംപോം, സംശയമില്ല.

എന്നാൽ ദുഷ്ടബുദ്ധിയുണ്ടോ സാരോപദേശം കേൾക്കുന്നു. അവൻ അച്ഛനെ ബലമായി പിടിച്ച് വൃക്ഷകോടരത്തിൽ ഒളിപ്പിച്ചിരുത്തി. കോടരം പൊത്തുതന്നെ. നേരം വെളുത്തപ്പോൾ ദുഷ്ടബുദ്ധിയും ധർമ്മബുദ്ധിയും ബന്ധുക്കളും നാട്ടുപ്രമാണിമാരും രാജസേവകരും അമാത്യനും വൻവൃക്ഷമൂലത്തിൽ ചെന്നു. കൈമുക്കുവാനുള്ള സംഭാരംകൂട്ടി പമ്പുമുണ്ടാക്കി നെയ്യു തിളപ്പിച്ച് വേണ്ടുന്നതെല്ലാമൊരുക്കി തൊഴുതു നമസ്കരിച്ച് വൃക്ഷരാജനോടു ചോദിച്ചു. "വൃക്ഷദേവതേ! കുട്ടകം മോഷ്ടിച്ചതാരാണ്?"

പമ്പ് - സത്യക്കുറി എന്ന് ശബ്ദതാരാവലി.

സചിവൻ ചോദിച്ചതുകേട്ട് വൃക്ഷത്തിൽനിന്ന് ദിവ്യഭാരതിയുണ്ടായി.

"ദ്രവ്യം മോഷ്ടിച്ചത് ധർമ്മബുദ്ധിയാകുന്നു."

അശരീരികേട്ട് സഭ വിസ്മയിച്ചു. ഇതിലേതോ ചതിവുണ്ടെന്നു ശങ്കിച്ച ധർമ്മബുദ്ധി വൃക്ഷശാഖയിൽ കയറി വലിയ പോട്ടിൽ ഉണക്കക്കൊള്ളിയും ചമ്മലയും ഇട്ടു കത്തിച്ചു. തീയിട്ടു പുകച്ചപ്പോൾ മരപ്പൊത്തിൽ ഒളിച്ചിരിക്കുന്ന താതശ്രേഷ്ഠി ശ്വാസംമുട്ടി പിടഞ്ഞ് ഉറക്കെ നിലവിളിച്ചു.

"മാലോകരെ! പ്രിയപുത്രാ! ധർമ്മബുദ്ധീ! എന്നെ പുകച്ചു കൊല്ലരുതേ. ദുഷ്ടബുദ്ധിയാണ് എന്നെക്കൊണ്ട് ഈവിധം പ്രവർത്തിപ്പിച്ചത്. ദ്രവ്യം കട്ടതും അവൻതന്നെ."

ഈവിധം അവസാനമായി പറഞ്ഞ് വൃദ്ധവണിക്ക് യമലോകം പൂകി.

സത്യം തെളിഞ്ഞ രാജാവ് ദുഷ്ടബുദ്ധിയെ കഴുവേറ്റി. ധർമ്മബുദ്ധിക്ക് നിധികുംഭം നൽകുകയും ചെയ്തു. കരടകൻ തുടർന്നു: "ദമനകാ. അതാണ് ഞാനുപദേശിച്ചത്, ദുഷ്ടബുദ്ധിയെപോലെ സ്വയം അപകടത്തിൽപെടരുത്. ദുസ്സാമർത്ഥ്യം നന്നല്ല. നദിയുടെ ഒഴുക്ക് സമുദ്രം വരെയുള്ളൂ എന്നറിഞ്ഞാലും. നാരിവിശ്വാസത്തോളം ബന്ധുസ്നേഹമുള്ളൂ. മന്ത്രരഹസ്യം സൂചകശ്രുതിവരെ എന്നും ധരിക്കണം. കുലമഹിമ കുപുത്രൻ വരെയേ കാണൂ. ശാഠ്യമുള്ളവരോടു ശാഠ്യം

വേണം. അതറിവാനായി പഠിക്കേണ്ട പാഠം ഭവാൽ കേട്ടിട്ടില്ലേ. ഒരിടത്ത് ഒരെലി ഒരായിരം ഭാരം ഇരുമ്പുതിന്നു. ആ ദിക്കിൽ ഒരു പരുന്ത് മഹാവണിക്കിൻപുത്രനെ റാഞ്ചിക്കൊണ്ടുപോയി."

"എങ്ങനെയതെന്നു ചോദിപ്പതു ദമനകൻ

എങ്കിലോ കേൾക്കെന്നുരചെയ്തിതു കരടകൻ."

യസ്മിൻ ദേശേ തദ്ദേശേ

പണ്ട് പണ്ടൊരു പ്രദേശത്ത് വ്യാപാരം ചെയ്തു പുലർന്നിരുന്ന ഒരു വണിക്ക് തന്റെ ചങ്ങാതിവശം അമ്പതുഭാരം ലോഹം സൂക്ഷിക്കാനേല്പിച്ചു. സ്വന്തം കൈമുതൽ സുഹൃത്തിനെ ഏല്പിച്ച് ദൂരദേശങ്ങളിൽ കച്ചവടത്തിനായി ആ വ്യാപാരി പോയി. പത്തുമാസക്കാലം വ്യാപാരാർത്ഥം പരദേശത്തു താമസിച്ച് അയാൾ തിരിച്ചെത്തി. സുഹൃത്തിനെ കണ്ടു പറഞ്ഞു. "പൊന്നു ചങ്ങാതീ, ഇപ്പോൾ ഞാൻ വ്യാപാരയാത്ര കഴിഞ്ഞ് തിരിച്ചുവന്നു. അതിനാൽ ഞാനേല്പിച്ച ഇരുമ്പ് തിരിച്ചുതന്നാലും. ഇത്രയുംകാലം സൂക്ഷിച്ചതിന് പെരുത്തു നമസ്കാരം, നന്ദി."

അതുകേട്ട് ചങ്ങാതി മഹാദുഃഖം നടിച്ച് പറഞ്ഞു:

"ചങ്ങാതീ, എന്തു ചെയ്യാനാണ്. കഷ്ടംതന്നെ. ഇവിടെ എലികളുടെ ശല്യം സഹിക്കാൻ വയ്യ. താങ്കൾ സൂക്ഷിക്കുവാനേല്പിച്ച ഇരിമ്പെല്ലാം എലി തിന്നുതീർത്തു. ഞാനെന്തു ചെയ്യുവാനാണ്?" കുണ്ഠിതഭാവത്തിൽ ആ ബന്ധു പറഞ്ഞതൊക്കെ വ്യാപാരി വിശ്വസിച്ചതായി നടിച്ചു. ചങ്ങാതിയെങ്കിലും മഹാലുബ്ധനും വഞ്ചകനുമായ ആ ബന്ധുവിന്റെ മുമ്പിൽ സൗഹൃദം വിടാതെ വ്യാപാരി തുടർന്നു:

"സാരമില്ല. പോകാനുള്ളതു പോകും! യോഗമുള്ളതല്ലേ അനുഭവിക്കുവാനാവൂ. നാം കച്ചവടക്കാർ. ലാഭനഷ്ടങ്ങൾ സ്വാഭാവികം. പ്രകൃതിദുരന്തത്തിന് നാമെന്തുചെയ്യും. അതുകൊണ്ട് താങ്കൾ കുറ്റക്കാരനല്ല. എന്റെ വിധി ഞാനനുഭവിക്കാം."

ഇതും പറഞ്ഞ് വ്യാപാരി തിരിച്ചുനടന്നു.

ദിവസങ്ങൾ, ആഴ്ചകൾ, മാസങ്ങളായി മാറി. ഒരുനാൾ ആ ലുബ്ധന്റെ യുവാവായ പുത്രൻ കുളിക്കുവാനായി ആറ്റിലേക്കു പോകുന്നേരം നമ്മുടെ വ്യാപാരി അവനെ ബലമായി പിടിച്ചുകൊണ്ടുവന്ന് സ്വഗൃഹത്തിൽ ഒളിപ്പിച്ച് പൂട്ടിയിട്ടു. ഒന്നും സംഭവിച്ചില്ല എന്ന

നാട്യത്തിൽ യുവാവിനെ പൂട്ടിയിട്ട നിലവറക്കുണ്ട് ഭദ്രമായടച്ച് സ്വസ്ഥനായി ഇരുന്നു. രഹസ്യമായി ബന്ധനസ്ഥനായ യുവാവിന്റെ വൃദ്ധനായ ലുബ്ധപിതാവ് ബദ്ധപ്പെട്ട് ഓടിയെത്തി അന്വേഷിച്ചു. "സുഹൃത്തേ! താങ്കൾ എന്റെ പുത്രനെ കണ്ടുവോ! പറയൂ. അവൻ പുഴയിലേക്കു പോയതാണ്. ഇതേവരെ വന്നില്ല. "

അപ്പോൾ വ്യാപാരി പറഞ്ഞു:

"ഇതാ ഇന്നു രാവിലെ ഒരു പരുന്ത് പറന്നുവന്ന് താങ്കളുടെ മകനെ റാഞ്ചിക്കൊണ്ടുപോയി."

"തമാശ കളയൂ!" ലുബ്ധതാതൻ പറഞ്ഞു. "പതിനെട്ടുതികഞ്ഞ എന്റെ പുത്രനെ പരുന്തു റാഞ്ചിയെന്നോ! നുണ! പച്ചക്കള്ളം!! താനെന്റെ പുത്രനെ കൊന്നുവോ! അതോ ദൂരെ കൊണ്ടുപോയി കള ഞ്ഞുവോ! സത്യം പറയൂ. ഞാനിപ്പഴേ നാടുവാഴിയെ കണ്ട് പരാതി ബോധിപ്പിക്കുന്നുണ്ട്."

ഇങ്ങനെ കലിതുള്ളിപ്പറഞ്ഞ് അയാൾ നേരെ കോയിക്കലേക്ക് ഓടി. രാജസമക്ഷം തേങ്ങിക്കരഞ്ഞ് കാര്യം പറഞ്ഞ ആ പിശുക്ക നോട് മന്ത്രിമാർ വിവരം വിസ്തരിക്കുവാൻ ആജ്ഞാപിച്ചു.

ആ ലുബ്ധൻ പറഞ്ഞു: "സചിവോത്തമാ! ആ വ്യാപാരിയായ ചെട്ടി എന്റെ പുത്രനെ വധിച്ചിരിക്കാം. അല്ലെങ്കിൽ ഏതെങ്കിലും രഹസ്യസങ്കേതത്തിൽ ഒളിപ്പിച്ചിരിക്കാം. ഏതായാലും സത്യം തെളി യിക്കണം പൊന്നുതമ്പുരാനെ! എന്റെ യുവാവായ പുത്രനെ ഒരു പരുന്ത് റാഞ്ചിക്കൊണ്ടുപോകുന്നത് കണ്ടു എന്നാണ് ആ ചെട്ടി പറ ഞ്ഞത്. അങ്ങനെ സംഭവിക്കില്ലല്ലോ. പൂണ്ടപ്പാറ പൊളിയുന്ന പൊളി!! അതുകൊണ്ട് അമാത്യന്മാർ പരമാർത്ഥം അറിഞ്ഞ് എന്റെ പുത്രനെ കണ്ടെത്തി തിരിച്ചുനൽകുമാറാകണം." വൃദ്ധഭാഷണം കേട്ട് ന്യായാ ധിപന്മാർ ആ വണിക്കിനെ ആനയിക്കുവാൻ നിയമപാലകരോട് കല്പി ച്ചു. ഭടന്മാർ കൂട്ടിക്കൊണ്ടുവന്ന ചെട്ടിയോട് സത്യം പറയുവാനായി മഹാമന്ത്രിമാർ ആജ്ഞാപിച്ചു. "ഹേ ശ്രേഷ്ഠീ! ഇപ്പോൾ സത്യം പറയൂ. ഈ വൃദ്ധന്റെ പുത്രനെ ഒരു പരുന്ത് റാഞ്ചിപ്പറന്നുപോയെന്ന് താങ്കൾ പറഞ്ഞതായി ഇയാൾ പറയുന്നു. താങ്കൾ കണ്ടതായി പറ ഞ്ഞുവത്രെ. ഇത്തരം പൊളിവചനം ലോകം വിശ്വസിക്കില്ലെന്നറിയാ മല്ലോ. സത്യം പറയൂ. ഉം!"

ന്യായാധിപന്റെ ഉരന്ന വാക്കുകേട്ട് പേടികൂടാതെ വ്യാപാരി പറഞ്ഞു:

"മഹാപ്രഭോ! ആയിരം തുലാം ഇരുമ്പു മുഴുവനും ഒരിടത്ത് ഒരെലി തിന്നുതീർത്തു. ആ ദിക്കിൽ ഒരു പരുന്തുവന്ന് ഒരു യുവാവിനെ കൊത്തിപ്പറന്നുപോയി എന്നു വരാമല്ലോ."

അതുകേട്ട് ന്യായസദസ്സ് നന്നായി ചിരിച്ചു. അപ്പോൾ ഇതിൽ ഒരു പൂർവ്വകഥയുണ്ട്. ന്യായാധിപർ വൃദ്ധനെ നോക്കി പറഞ്ഞു: "അതു ശരി! ഇപ്പോൾ വ്യക്തമാകുന്നു. നീയാണ് പെരുംകള്ളൻ. വ്യാജൻ! നിന്റെ തല തെറിക്കരുതെങ്കിൽ നടന്നതൊക്കെ പറയുന്നതാണ് നല്ലത്. നീ മുമ്പു വഞ്ചിച്ചു സ്വന്തമാക്കിയതൊക്കെ കൊണ്ടുവന്ന് ഈ ശ്രേഷ്ഠിക്കു കൊടുക്ക്. നിന്നെ സൂക്ഷിക്കുവാനേല്പിച്ച കടുംലോഹവും തെറ്റുചെയ്തതിനുള്ള പ്രായശ്ചിത്തപണവും തിരിച്ചേല്പിക്ക്. എലി തിന്ന ഇരുമ്പ് തിരിച്ചു ലഭിക്കുമ്പോൾ പരുന്ത് റാഞ്ചിയ നിന്റെ പുത്രനേയും തിരിച്ചുകിട്ടും. മാത്രമല്ല അന്യായം പ്രവർത്തിച്ച് രാജസേവകരെ പറഞ്ഞുപറ്റിച്ചതിന് നീ പിഴ അടയ്ക്കുകയും വേണം." ന്യായാസനം വിധിച്ചപോലെ ആ വൃദ്ധനായ ലുബ്ധൻ ഇരുമ്പെല്ലാം മടക്കിക്കൊടുത്തു. അപ്പോൾ ബുദ്ധിമാനായ വ്യാപാരി പുത്രനേയും തിരിച്ചുനല്കി. അതുകൊണ്ട് സഹോദരാ, ശഠന്മാരോട് ശാഠ്യമേ നല്ലൂ.

പിംഗലന്റെ പശ്ചാത്താപം

"ഏകദാ പറഞ്ഞതു മനസ്സിൽക്കിടക്കാത്ത
ലോകത്തിൽ ഗുണം പറയുന്നതും പാഴിൽത്തന്നെ.
കല്ലുപോൽ നിന്റെ ചിത്തമെന്നുടെ ദമനക
നല്ലതുമാകാത്തതുമൊന്നും നീയറിയുമോ."

"വായുഭഗവാനായ കാറ്റ് ദുർഗന്ധവും സുഗന്ധവും ഉൾക്കൊണ്ടാണല്ലോ സദാ സഞ്ചരിക്കുന്നത്. ദമനകാ നമുക്ക് ഉടനെത്തന്നെ പോയി പിംഗസഞ്ജീവകന്മാരെ കാണണം. സിംഹവും കാളയും തമ്മിലുള്ള സംഗരത്തിൽ എന്തു സംഭവിച്ചു എന്നറിയണമല്ലോ. നമുക്ക് ഉടനെ കണ്ടറിയണം." എന്നിങ്ങനെ കരടകൻ പറഞ്ഞതനുസരിച്ച് ഇരുവരും സിംഹരാജന്റെ മുമ്പിലെത്തി. അവിടെ തന്റെ ഉറ്റ മിത്രമായിരുന്ന കാളയെ വധിക്കേണ്ടിവന്നതിൽ ദുഃഖിച്ച് തലതാഴ്ത്തി ഭൂമിയിൽ നഖംകൊണ്ട് കോറിവരച്ച് മൂകനായിരിക്കുന്ന സിംഹത്തെ കണ്ടു. നമ്മൾതന്നെ വളർത്തി വലുതാക്കിയവരെ നമ്മൾതന്നെ ക്ഷയിപ്പിക്കുന്നത് നല്ലതല്ലല്ലോ എന്നൊക്കെ ധാർമ്മികമായിചിന്തിച്ചും നിവൃത്തിയില്ലാതെ ചെയ്ത സുഹൃദ്വധത്തിൽ പശ്ചാത്തപിച്ചും ഇരിക്കുന്ന സിംഹരാജനെ മന്ത്രിപുത്രന്മാരായ കരടകനും ദമനകനും ചെന്നുകണ്ട് അഭിവാദ്യം ചെയ്തു. ദമനകൻ പറഞ്ഞു:

"സ്വാമീ! കുണ്ഠിതം വേണ്ട. ദുഃഖം വെടിഞ്ഞാലും ഈ വൃഷഭത്തെ വധിച്ചത് രാജനീതി എന്ന് ഞങ്ങൾക്കു തോന്നുന്നു. അതാണ് ധർമ്മം. താതനായാലും സഹോദരനായാലും അമ്മാമനോ മരുമകനോ ആയാലും മറ്റേതൊരു ഉറ്റ ബന്ധുവായാലും തന്നെ നശിപ്പിക്കുവാൻ വരുന്നവരെ വധിക്കുകയാണ് രാജനീതി. എങ്ങനെയെന്നാൽ ആചാരഭ്രംശം വന്ന വിപ്രനെ ത്യജിക്കാം. നീചസംസർഗ്ഗം ചെയ്ത നാരിയെ ഉപേക്ഷിച്ചിടാം. ധർമ്മത്തെ ധ്വംസിച്ച പുത്രനെ കളയാം. ഭംഗിയില്ലാതെ പകൽ കാണുന്ന വിളർത്ത ചന്ദ്രനും താരുണ്യം പോയി തളർന്ന വേശ്യാസ്ത്രീയും താമരപ്പൂവില്ലാത്ത പൊയ്കയും കണ്ടാൽകാമനെപ്പോലുള്ള മൂഢനായ പുരുഷനും ലോകത്തിലെ സമ്പത്തു മുഴുവനും മോഹിക്കുന്ന രാജാവും ദാരിദ്ര്യം മുഴുത്ത സജ്ജനങ്ങളും രാജസേവകനായ ദുർമന്ത്രിയും ശല്യങ്ങളാകുന്നു. അതുകൊണ്ട് കൊടുംദുഷ്ടനായ കാളയെ കൊന്നതിലെല്ലും ദുഃഖിക്കേണ്ടതില്ല. ക്രൂരതയും കാരുണ്യമില്ലായ്മയും വൈരവധങ്ങളും കൈതവപ്രയോഗവും മഹാരാജാക്കന്മാർക്ക് ഭൂഷണമെന്നറിയുക. മന്നവന്മാർക്കും വേശ്യകൾക്കും തനിക്കൊത്തപോലെ തന്നുടെ ഭാവം എന്നുണ്ട്. സത്യമുണ്ടെന്നു തോന്നും. വ്യാജമുണ്ടെന്നു തോന്നും. കൃത്യമുണ്ടെന്നു തോന്നും. മൗഢ്യമുണ്ടെന്നു തോന്നും. ലോഭമുണ്ടെന്നു തോന്നും. ദാനമുണ്ടെന്നു തോന്നും. ലാഭമുണ്ടെന്നു തോന്നും. ചേതമുണ്ടെന്നു തോന്നും. അതു സാധാരണമാണ്. പക്ഷേ, രാജനീതി വിശേഷമാകുന്നു. മഹാപ്രഭോ. പൊന്നുതമ്പുരാനെ! ഇതുകൊണ്ട് സംഭ്രമം വേണ്ട. കമ്പവും മനസ്താപവും വേണ്ട. അവിടുന്ന് രാജധർമ്മമാണ് അനുഷ്ഠിച്ചത്."

"സംഭൃതാനന്ദം സദാസർവഭൃത്യന്മാരുടെ
സമ്പത്തും വരുത്തിക്കൊണ്ടത്രവാണരുളണം
ഇങ്ങനെ ദമനകൻ ചൊല്ലിനാനതുതന്നെ
ഭംഗിയിൽ കരടകൻ താനുമങ്ങുരചെയ്തു
പിംഗലകനാം സിംഹമെത്രയും പ്രസാദിച്ചു
മംഗലം വർദ്ധിപ്പിച്ചു മേവിനാൻ ശുഭം ശുഭം.
ഇതിപഞ്ചതന്ത്രപ്രകരണേ
മിത്രഭേദം നാമപ്രഥമതന്ത്രം സമാപ്തം"

രണ്ടാംതന്ത്രം

സുഹൃല്ലാഭം

കാക്ക ആമ മുതലായവരുടെ ബന്ധുത്വം

"പഞ്ചവർണ്ണക്കിളിപ്പെൺകിടാവേ ശുഭേ
പഞ്ചതന്ത്രം മഹാശാസ്ത്രം മനോഹരം
രണ്ടാമതാകും സുഹൃല്ലാഭതന്ത്രവും
കൊണ്ടാടിവർണിച്ചു ചൊല്ലെടോ ശാരികേ."

പഞ്ചതന്ത്രം രചിച്ച സോമദേവഭൂമിദേവൻ രാജകുമാരന്മാരോടു പറഞ്ഞു. "കുമാരന്മാരെ, ഇനി സുഹൃല്ലാഭമെന്നരണ്ടാം തന്ത്രവും ഞാനോതിത്തരാം. നന്നായി ശ്രദ്ധിച്ച് മനപ്പാഠമാക്കിയാലും. വിത്തവും വിദ്യയുമില്ലെങ്കിലും പരസ്പരം സ്നേഹവിശ്വാസങ്ങളുള്ള സത്തുക്കൾക്ക് എല്ലാ കാര്യങ്ങളും സാധിക്കും. അതിനാകട്ടെ ജാതിവസ്തുഭേദങ്ങളില്ലതാനും. പണ്ടൊരു കാക്കയ്ക്കും ആമയ്ക്കും ആത്മാർത്ഥമായ സ്നേഹബന്ധമുണ്ടാകയാൽ ദുഃഖഭയാദിസങ്കടങ്ങൾ നീങ്ങി വായസകൂർമങ്ങൾ സുഖമായി ജീവിച്ചു എന്നു കേട്ടിരിക്കുമല്ലോ."

ഗുരുവരൻ ഈവിധം അരുളിയപ്പോൾ കുമാരന്മാർ ആ കഥ കേൾക്കണമെന്നു പറഞ്ഞു. ശിഷ്യരുടെ ആഗ്രഹനിവൃത്തിക്കായി ആചാര്യനരുളി.

പേരും പ്രശസ്തിയുമുള്ള മഹിളരൂപ്യം എന്ന ഒരു ഭവനമുണ്ടായിരുന്നു. ആ വീട്ടിൽ മുറ്റത്ത് മാനംമുട്ടി നിക്കുന്ന മാമരക്കൊമ്പത്ത് വായസജാതിയിൽപെട്ട ഒരു പക്ഷി ഭാര്യാമക്കളൊത്ത് വസിച്ചിരുന്നു. വായസത്തിന്റെ നാമം ലഘുപതതനെന്നായിരുന്നു. ഒരു നാൾ സൂര്യനുദിച്ചുപൊങ്ങുമ്പോഴേക്കും വനവേടനൊരുവൻ വില്ലും ശരവുമായി വരുന്നതു കണ്ടു. ലഘുപതതനെന്ന കാക്ക വല്ലാതെ ഭയന്നു. ഈ വേടൻ മഹാദുഷ്ടനാണ്. വേട്ടയാടി കൊല്ലുന്നതാണ് തൊഴിൽ. വ്യാപാരം ഹനനമാണെന്നു സാരം. പറക്കുന്ന പക്ഷികളെ പിടിച്ച്

ചുട്ടുതിന്നുമവൻ. കഴുകനെന്നും കപോതമെന്നും ഭേദമില്ല. ഇപ്പോൾ ഇവൻ എന്തുചെയ്യുമെന്ന് നോക്കാം. അതിനായി ഒളിച്ചിരുന്നു വീക്ഷിക്കാം. എന്നിങ്ങനെ ആ ഗൃഹസ്ഥനായ കാക്ക മനസ്സിലുറച്ചു. ഒളിച്ചിരുന്നു. അന്നേരം മാമരച്ചുവട്ടിൽ വേടനുമെത്തി. പക്ഷി നായാട്ടിനു വന്ന അവൻ സ്ഥലം നോക്കി വലവിരിച്ചു. വലയ്ക്കടിയിൽ അരിയും നെല്ലും ധാന്യങ്ങളും വിതറി മറഞ്ഞുകാത്തിരുന്നു. വലവെച്ചതു കാണാതെ ചിത്രഗ്രീവനെന്ന മാടപ്രാവും തൽസിൽബന്ധികളും ധാന്യംകണ്ട് പറന്നുവന്നിരുന്നു. താൻ വിരിച്ച വലയിൽ ഒരു കൂട്ടം പ്രാവുകൾ ഒരുമിച്ചു വന്നുവീണതുകണ്ട് കിരാതനായ വേടൻ സന്തോഷിച്ചു. പ്രാക്കൂട്ടം എടുക്കുവാനായി വന്നനേരം ബുദ്ധിയും ഐകമത്യബോധവുമുള്ള പ്രാവുകൾ ഒന്നിച്ച് വലയും എടുത്തുപറന്നു. അതു കണ്ട് മരക്കൊമ്പിലിരുന്ന ലഘുപതതനെന്ന കാക്കയും ഒപ്പം പറന്നു. ഒട്ടുനേരം വലയും പൊക്കിപ്പറന്ന പ്രാക്കൂട്ടത്തിനൊപ്പം വേടനും ഓടി. നേരം അന്തികറക്കുവാൻ തുടങ്ങിയപ്പോൾ കിരാതൻ സ്വവിധിയെ ശപിച്ച് വീടണയുവാനൊരുങ്ങി. പക്ഷികളെ കിട്ടിയില്ല. വലയും പോയി. കൊറ്റും മുടങ്ങി. പറന്നുയർന്ന കപോതനേതാവ് പറഞ്ഞു: "പ്രിയ സഖാക്കളേ, എന്റെ സഖിയായി ഹിരണ്യനെന്ന ഒരു മൂഷികനുണ്ട്. ആ സഖാവിനെ കാണാം. ബുദ്ധിമാനായ ആ സുഹൃത്ത് നമ്മെ രക്ഷപ്പെടുത്തും. നോക്കൂ. ഞങ്ങളുടെ സൗഹൃദത്തിന്റെ ശക്തി നിങ്ങൾക്ക് നേരിട്ടറിയാം." ഇങ്ങനെ പറഞ്ഞ് ആ കപോതനേതാവ് എലിയുടെ മാളത്തിനു മുമ്പിൽ ചെന്ന് ഹിരണ്യനെ വിളിച്ചു. ഒരു കൂട്ടം പക്ഷികൾ വലിയ വലയും ഭേസി പറന്നുവരുന്നതുകണ്ട് ഹിരണ്യൻ പേടിച്ച് ഒളിച്ചു. വീണ്ടും വീണ്ടും ചിത്രഗ്രീവൻ വിളിച്ചതുകേട്ട് സുഹൃത്തിനെ തിരിച്ചറിഞ്ഞ മൂഷികൻ മാളത്തിനു പുറത്തുവന്നു. കാര്യങ്ങൾ കണ്ടറിഞ്ഞ മൂഷികൻ ചോദിച്ചു:

"പ്രിയസഖേ! ഇതെന്താണ്! എന്താണ് ആപത്തു സംഭവിച്ചത്. എന്തുപറ്റി! ഈ അവസ്ഥയ്ക്ക് എന്താണു കാരണം."

കപോതശ്രേഷ്ഠൻ പറഞ്ഞു:

"വിധിവിഹിതമേവനും ലംഘിച്ചുകൂടുമോ
ഇവനിതു ലഭിയ്ക്കേണമിന്ന കാലം വേണം
അവശതഭവിയ്ക്കേണമർത്ഥനാശം വേണം
ഇതിവിധിവിധിച്ചതിപ്രാണികൾക്കൊക്കെവേ,
ഹിതമഹിതമെങ്കിലും ലംഘ്യമല്ലേതുമേ."

അതുകേട്ട് ഹിരണ്യനും തത്വമൊന്നുചിവാൻ. "പ്രിയസുഹൃത്തേ, ഭവാൻ പറഞ്ഞത് സത്യമാകുന്നു. ആകാശദേശത്ത് റാകിപ്പറന്ന് ഭൂമിയിലെ ചെറുചെറുപ്രാണിവർഗ്ഗത്തെ കണ്ടറിയുന്ന സൂക്ഷ്മദൃഷ്ടിയായ പരുന്തും ഒരുനാൾ ബന്ധനത്തിൽപെട്ടു എന്നുവരും. വലിയ കൊലകൊമ്പനാനയും ഘോരസർപ്പങ്ങളും മനുഷ്യന്മാരുടെ വാക്കുകേട്ടും ഭേദ്യം ഭയന്നും അവരുടെ ആജ്ഞ അനുസരിച്ച് നടന്നും കൂത്താടിയും കഴിയുന്നില്ലേ. അതിലായിരത്തിലൊരംശം പോലും ശക്തിയില്ലാത്ത നമ്മുടെ കാര്യം പറയുവാനുണ്ടോ. സകലഭുവനങ്ങൾക്കും തേജോമൂർത്തിയായ സൂര്യനും ചന്ദ്രനും കൂടി രാഹുകേതുവക്ത്രത്തിൽ ചെന്നുപതിക്കാറുണ്ടല്ലോ. മഹാസമുദ്രാന്തർഭാഗത്ത് തന്നിഷ്ടപ്പടി മദിച്ചുവാഴുന്ന മഹാജലജന്തുക്കളും ചിലപ്പോൾ വലയിൽപ്പെട്ട് പോകാറില്ലേ. ഇതൊക്കെ കാലനാമീശ്വരൻ തന്റെ തൃക്കൈയുംകൊണ്ട് കുറിച്ച വിധിയത്രെ. ഏതു ദിക്കിലും ഏതു രൂപത്തിലും ഭാവത്തിലും ജീവിക്കുന്ന ഏതു ജന്തുവായാലും സർവതും വിഷയാഗ്നിയിൽ ചെന്നുപതിച്ച് വെന്ത് ഭസ്മമായി ഭവിക്കുമല്ലോ. സുഖമെന്നും അസുഖമെന്നും തോന്നുന്നതൊക്കെവൈ നിഷ്ഫലമാകുന്നു."

ഇത്തരം ഓരോരോ ലോകതത്ത്വം പറഞ്ഞ് മൂഷികൻ ബദ്ധനായ പ്രാക്കൂട്ടങ്ങളേയും അഗ്രഗാമിയായ കപോതരാജനേയും വല കരണ്ടു മുറിച്ച് സ്വതന്ത്രരാക്കി. മാടപ്രാവുകളുടെ നാഥനായ ചിത്രഗ്രീവനും ഒപ്പം വന്ന കൂട്ടാളികളാം പക്ഷിക്കൂട്ടവും അന്നു രാത്രി മൂഷികന്റെ അതിഥിയായി താമസിച്ചു. പിറ്റേന്ന് പുലർന്നപ്പോൾ യാത്രപറഞ്ഞ് പിരിഞ്ഞു.

ഈ ഗാഢചങ്ങാത്തം കണ്ട് വിസ്മയിച്ച ലഘുപതതനെന്ന കാക്ക നേരെ ഹിരണ്യകമൂഷികനെ കണ്ടു വണങ്ങി. സ്തുതിച്ചുചൊല്ലി.

"ഭോ! ഭോ! ഹിരണ്യകമൂഷികാ! വിസ്മയം! വിസ്മയം! അവിടുന്ന് മൂഷികരാജനാണ്. മഹാപ്രഭുവാണ്. എലികളുടെ ചക്രവർത്തിയാണ്. ഇത്രയും മഹാനായ ഭവാന്റെ സൗഹൃദം ഞാനിച്ഛിക്കുന്നു. മഹാമൂഷിക! പറഞ്ഞാലും."

മൂഷികൻ പറഞ്ഞു:

"ഹേ ജീവി! പറവേ! നീയാരാണെന്ന് ഞാനറിഞ്ഞില്ലല്ലോ. എവിടെയാണ് വാസം. നാമമെന്താണ്! കുലവും ഗോത്രവും പറയൂ. വൃത്തിശീലങ്ങളെന്താണ്."

കാക്ക പറഞ്ഞു:

"പതനകൾ എന്ന കാക്കയാണ് ഞാൻ."

ഹിരണ്യകൻ പറഞ്ഞു:

“എങ്കിൽ നാം തമ്മിൽ സൗഹൃദം അസാധ്യം. തമ്മിൽ തമ്മിൽ ചേരാത്ത നമ്മളെങ്ങനെ തമ്മാത്തമ്മിൽ ചങ്ങാത്തം വളർത്തും. വായ സവർഗത്തിൽപെട്ട നിങ്ങളുടെ ഇരയാണ് ഞങ്ങൾ, മൂഷികർ. നമ്മ ളെങ്ങനെ ചേരും. എലിയെ തിന്നുന്നവരാണ് കാക്കകൾ. ആ കാക്കയ്ക്ക് എലിയിൽ കനിവുണ്ടാകുമോ?”

മൂഷികപ്രഭോ! കാക്ക പറഞ്ഞു:

“നിന്നെ ഭുജിപ്പാൻ അന്തകനുണ്ടാകും. ഞാനുണ്ടാവില്ല. പക്ഷി ക്കൂട്ടത്തെ രക്ഷിച്ച ഭവാനെ പക്ഷിയായ ഞാൻ ഭക്ഷിക്കുകയി ല്ലെന്നറിഞ്ഞാലും. അതുമല്ല, ഒരുപക്ഷേ ഞാനെതിർത്താലും അതു നിങ്ങളിൽ ഫലിക്കുകയില്ല എന്ന് എനിക്കറിയാം. ചൂട്ടു കത്തിച്ചുകാട്ടി യാൽ കടല് തിളയ്ക്കാറില്ലല്ലോ. ക്ഷീണിതനായി കെണിയിൽ പെട്ട ആ ചിത്രഗ്രീവപക്ഷിയെ രക്ഷിച്ച നിങ്ങളെ ചതിക്കുവാൻ ആണുങ്ങ ളായ ഞങ്ങൾ ആഗ്രഹിക്കുകയില്ല. അത് പുരുഷത്വവുമല്ല. നാണമി ല്ലാത്തവൻ ആ പേരിനർഹനുമല്ല. അതുകൊണ്ട് ഭവാൻ എന്നെ ആണെ ന്നറിഞ്ഞ് സുഹൃത്താക്കിയാലും.”

അപ്പോൾ ഹിരണ്യകൻ ഇത്ഥം ഉവാച.

“ഹേ കാക്കേ! കാകജാതിയിൽ ജനിച്ച നിങ്ങളൊക്കെ ചപലരാ കുന്നു. ചപലന്മാർ ബന്ധുവായാൽ ജന്മസാഫല്യമുണ്ടാവില്ല. വിനായം വരികയും ചെയ്യും. നടക്കാത്ത കാര്യവും സാധിക്കാത്ത കാര്യവും സാധിക്കുവാനുള്ള മോഹവും പ്രയത്നവും വിഫലമെന്നറിയുക. വെള്ളമില്ലാത്തിടത്ത് വള്ളം തുഴയാനാകുമോ. വെള്ളത്തിൽ രഥം ഓടു കയില്ല. ലോകമാകെ ഇപ്പോൾ സജ്ജനം ചുരുങ്ങിയിരിക്കുന്നു. ദുർജനം നിറഞ്ഞു. ആരാണെന്താണ് ഏതാണ് എന്നറിയാത്ത ജീവികൾ ബന്ധു ക്കളായാൽ പ്രാണികൾക്ക് സുഖമെന്തുള്ളൂ. അവർ മൂഢതാപസാഗര ത്തിൽ കിടക്കുകയേയുള്ളൂ. ബന്ധു എന്ന ശബ്ദം പണ്ട് ഗുരുക്കന്മാർ പ്രയോഗിച്ചതിന് അർത്ഥം അറിയുന്നവരായി ഇന്നാരുണ്ട്. അന്തസ്സാര മാർന്നവനും പണ്ടു തന്നെ സഹായിച്ചവനും വീരനാകിലും വിദ്വാനാ കിലും ധീരനായാലും നല്ലവരെ കണ്ടാൽ കണ്ടിട്ടില്ല കേട്ടിട്ടില്ല എന്ന് നടിക്കുന്നവരാണ് ഏറെയും. വേണ്ടാത്തതിനായി ഒരുവൻ പുറപ്പെ ട്ടാലോ മറ്റവൻ രണ്ടാമനായി ഉടൻ ഒരുങ്ങി പുറപ്പെടും. പാലും പഴവും കൊടുത്ത് മടിയിൽ വെച്ചോ മനിച്ചു വളർത്തിയാലും പാമ്പ് കടിച്ചു കൊല്ലും. അതുപോലെയാണ് ഇന്ന് ലോകം. ഒരാൾക്കും ഒരാളോടും സ്നേഹസൗഹാർദ്ദമില്ല. സ്നേഹമില്ലാത്ത പെണ്ണിന് അർദ്ധാംഗം നൽകിയാലും തെല്ലും വശത്താകയില്ല; എന്നല്ല ധനത്തിനായി

കൊല്ലുവാനും ശ്രമിച്ചു എന്നുവരാം. ജന്മജാതിയിൽ വിരുദ്ധരായവരെ ചേർത്താലുചിതം വരില്ല. പൂച്ചയോട് എലി ചാർച്ചയ്ക്ക് ശ്രമിക്കാറുണ്ടോ. അങ്ങോട്ടു ദ്രോഹം ചെയ്തില്ലെങ്കിലും ദുർജനം ഇങ്ങോട്ട് ഉപദ്രവിച്ചെന്നേ വരൂ. വനാന്തരങ്ങളിലെ പുലി തൊഴുത്തിലെ പശുക്കളെ കടിച്ചുകൊല്ലാറുണ്ടല്ലോ. ഇത്തരം ലോകസ്വഭാവം അറിയാവുന്നതുകൊണ്ട് ഞാൻ പറയുകയാണ്. ഹേ വായസശ്രേഷ്ഠ! നമ്മൾ തമ്മിലുള്ള ബന്ധം നല്ലതല്ല."

അതിനു മറുപടിയായി കാക്ക പറഞ്ഞു:

"ശ്രേഷ്ഠനായ മൂഷിക! അവിടത്തോട് സഖ്യം സാധിച്ചില്ലെങ്കിൽ ഈ ജീവിതം എന്തിനാണ്! പ്രായോപവേശമന്യേ എനിക്ക് മറ്റു മാർഗമില്ല. ഈ കായസംഹാരം ഞാനുറച്ചു കഴിഞ്ഞു. ലോഹവും ലോഹവും തമ്മിൽ ചേരുവാൻ ഉരുക്കിവിളക്കണം. പക്ഷിമൃഗാദികളെ മെരുക്കുവാൻ മധുരാന്നം നല്കണം. പണം കൊടുത്തും പേടിപ്പിച്ചും മൂഢരെ സ്വാധീനിക്കാം. പക്ഷേ, സാധുക്കൾ - ഉത്തമന്മാർ - തമ്മിൽ ചേരുവാൻ വെറും ദർശനം മാത്രമേ വേണ്ടൂ. മൺകുടം വേഗം പൊട്ടിക്കാം. പക്ഷേ, പിന്നീട് ഒന്നുചേർക്കാനാവില്ല. പൊൻകുടം പൊട്ടിക്കുവാൻ വിഷമമാണെങ്കിലും പിന്നെ നേരെയാക്കാൻ തെല്ലും വിഷമമില്ല. ദുർജനബന്ധവും സജ്ജനബന്ധവും ഈ മട്ടാകുന്നു. അതുകൊണ്ട് അവിടത്തെ ദർശനത്താൽ സിദ്ധിച്ച നമ്മുടെ ബന്ധം ഉത്തമം തന്നെ."

വായസയുക്തി കേട്ട് മൂഷികൻ പറഞ്ഞു:

"നന്ന്! നിന്നോടു ചങ്ങാത്തം കൂടുന്നത് ദോഷമാവുകയില്ല. 'സോപകാരം മിത്രലക്ഷണം പ്രായേണ, സാപകാരം ശത്രുലക്ഷണം കേവലം' എന്നുണ്ട്. നിന്നോടുള്ള സ്നേഹം നമുക്ക് ആജീവനാന്തം നിലനിക്കണം. ഹേ! പിണ്ഡഭോജിയായ കാക്കേ! ഒടുങ്ങാത്ത ചങ്ങാത്തം ഉണ്ടാവട്ടെ."

ഇങ്ങനെ കാക-മൂഷികന്മാരുടെ ചങ്ങാത്തം നഖവും മാംസവും മാതിരി ഒത്തുചേർന്നു. മൂഷികൻ ആഹാരം കഴിക്കുവാനായി സ്വന്തം മാളത്തിലേക്കും കാക്ക കടുവ കൊന്നുതിന്നുന്നതിന്റെ ബാക്കി ഭക്ഷിക്കുവാനായി വനത്തിലേക്കും പോയി.

അങ്ങനെ കാക-മൂഷിക സൗഹൃദം നാൾക്കുനാൾ വളർന്നു. ഒരു നാൾ കാകൻ മൂഷികനോടു പറഞ്ഞു: "ഹിരണ്യകാ. ഈ കാട്ടിൽ അഷ്ടിക്ക് കഷ്ടിയായിരിക്കുന്നു. അതിനാൽ ഞാൻ മറ്റൊരു കാട്ടിലേക്കു പോകുകയാണ്. അങ്ങകലെ നിർമ്മലമായ ജലം നിറഞ്ഞ ഒരു തടാകമുണ്ട്. അവിടെ മന്ദരൻ എന്ന ഒരു കൂർമ്മം എന്റെ സുഹൃത്തായുണ്ട്. സുന്ദരനും ധാർമ്മികനുമാണ് എന്റെ ആ സുഹൃത് മുഖ്യൻ.

ആ ഉഭയജീവി നമുക്കു വേണ്ടതായ ഭക്ഷണത്തിന് വഴിയൊരുക്കും. അവൻ ചങ്ങാതിപ്രിയനുമാകുന്നു."

മൂഷികൻ പറഞ്ഞു: "എങ്കിൽ, വായസശ്രേഷ്ഠ! എന്നെയും കൊണ്ടുപോകണം. ഇവിടെ നിത്യനിദാനത്തിന് ഞാനും ഞെരുങ്ങുകയാണ്. മറ്റൊരു കൂട്ടുകാരനില്ലാത്ത താൻ ഇവിടെ പാർക്കുന്നു എന്നേയുള്ളൂ."

"ചങ്ങാതീ! എലിപ്രവര! താങ്കളിങ്ങനെ ഏകനും ദുഃഖിതനുമാകുവാനെന്തേ കാരണം?"

"അതു പറയാം. ആദ്യം നീയെന്നെ ആ സമ്പന്നമായ സരസ്സിലെത്തിക്കുക."

ഹിരണ്യകശാസനപ്രകാരം കാക്ക സുഹൃത്തിനെ കൊത്തിയെടുത്തു പറന്ന് ദൂരെയുള്ള സരസ്സിൻ കരയിലെത്തിച്ചു. അവിടെ കച്ഛപശ്രേഷ്ഠനായ മന്ദരന്റെ സമക്ഷം മൂഷികനെ ഇരുത്തി കുശലം പറഞ്ഞ് പരസ്പരം അഭിവാദ്യം ചെയ്തു. മന്ദരൻ അന്വേഷിച്ചു.

"അല്ലയോ പിണ്ഡഭോജി! സഖേ! താനെന്തിനാണ് ഈ വയസ്സൻ എലിയെ കൊണ്ടുവന്നത്? മനുഷ്യാലയം കരണ്ടുനടക്കുന്നുവല്ലോ ഇവൻ."

"അതോ", കാക്ക പറഞ്ഞു. "മൂഷികരിൽ മഹാരാജനാണ് മമ സുഹൃത്താം ഹിരണ്യകൻ. ലോകപ്രസിദ്ധനായ ഇദ്ദേഹവും ഞാനും തമ്മിൽ വേണ്ടപോലെ ബന്ധമുണ്ടായി. ആയിരം തലയും രണ്ടായിരം നാക്കുമുള്ള അനന്തനും കൂടി ഈ ഹിരണ്യകന്റെ സൽഗുണം വർണ്ണിച്ചുചൊല്ലുവാൻ സാമർത്ഥ്യമുണ്ടാവില്ല. ദൈവാനുകൂലത്തോടെ ചെങ്ങാത്തമാരംഭിച്ചാൽ ജീവാവസാനം വരെ എന്നാണല്ലോ മഹാത്മസ്വഭാവം. ആവിധം മഹാഗുണം ഭൂവാസികളിൽ മറ്റൊരു പ്രാണിയിൽ കാണുവാൻ വിഷമം. വലയിൽ കുടുങ്ങിയ മാടപ്പിറാക്കളെ കയറ്റുവല കടിച്ചുമുറിച്ചു രക്ഷപ്പെടുത്തിയതാണ് ഈ മൂഷികാഢ്യൻ. ദേശാന്തരങ്ങളിൽ പ്രസിദ്ധനായ ഇദ്ദേഹം ഈശാനുസൂനമായ ശ്രീഗണപതിയുടെ വാഹനമാകുന്നു. ഞങ്ങൾ തമ്മിൽ ഇരുശരീരമെന്നുണ്ടെങ്കിലും പ്രാണൻ ഒന്നെന്നറിഞ്ഞാലും. ഹേ കൂർമ്മരാജാവേ! പണ്ടേയ്ക്കു പണ്ടേ എന്റെ സുഹൃത്തായ താങ്കൾ ഈ ഗണേശവാഹനത്തിന്റെ ഗുണം കണ്ടറിഞ്ഞാലും."

ഈവിധം വായസവാക്കുകേട്ട് കൂർമ്മം ചോദിച്ചു:

"മൂഷികാഢ്യ! അവിടുന്ന് ആ ദിക്കിൽനിന്ന് ഈ ദിക്കിൽ വരുവാനുള്ള കാരണമെന്തുണ്ടായി." പറയൂ.

"പറയാം, ഭവാനെന്നാലതും കേട്ടുകൊൾക മഹാമതേ!"

ഭിക്ഷുമഠത്തിൽ എലിക്കു സംഭവിച്ചത്

ഭുവനപ്രസിദ്ധമായ മഹിളാരൂപ്യനഗരത്തിനടുത്ത് ചൂഡാകർണ്ണൻ എന്ന ഒരു സന്യാസി താമസിച്ചിരുന്നു. ബ്രഹ്മഗോത്രജനായ ആ പരിവ്രാജകൻ നിത്യം ഭിക്ഷ യാചിച്ചുകിട്ടിയത് സ്വയം പാകംചെയ്ത് ജീവിച്ചുവന്നു. ബാക്കിവന്ന അന്നം ഒരു പാത്രത്തിൽവെച്ച് ആണിയിൽ തൂക്കിയിടും. ചൂഡാകർണ്ണന്റെ പതിവ് ഈവിധമായിരുന്നു. എന്നുവെച്ചാൽ ദിനചര്യ. ആ ഇത്തിരി അന്നം എലികളായ ഞങ്ങളും കഴിക്കും. അങ്ങനെയിരിക്കെ ചൂഡാകർണ്ണന്റെ സബ്രഹ്മചാരിയായ ബൃഹൽസ്ഫിക്ക് എന്ന ഒരു സന്യാസി വന്നുചേർന്നു. ചൂഡാകർണ്ണൻ മിത്രത്തെ നന്നായി സൽക്കരിച്ചു. ബൃഹൽസ്ഫിക്ക് അത്താഴം വരെ പുരാണം വായിച്ചുകേൾപ്പിച്ചു. പിന്നെ ഭിക്ഷാന്നവും വീണുകിട്ടിയ ഫലങ്ങളും കഴിച്ചു. കിടക്കാനൊരുങ്ങവേ ചൂഡാകർണ്ണൻ എലികളെ പേടിപ്പിക്കുവാനായി തകരപ്പാട്ടയിൽ അടിച്ചു ശബ്ദമുണ്ടാക്കി. അതിഥിയായ ബൃഹൽസ്ഫിക്കിന് ഈ ശബ്ദമെന്തിനാണെന്നറിയില്ലായിരുന്നു. ചൂഡാകർണ്ണൻ തന്റെ പുരാണപാരായണം ശ്രദ്ധിക്കാതെ തകരപ്പാട്ടയിൽ അടിച്ച് കഠോരശബ്ദമുണ്ടാക്കുന്നത് കണ്ട് വിരുന്നുവന്ന സന്യാസി ചോദിച്ചു: "ഹേ, ചൂഡാകർണ്ണാ! ഭവാനിപ്പോൾ എന്നോട് ചങ്ങാത്തവും സഹോദരഭാവവും ഇല്ലാതായിരിക്കുന്നു. അതാണല്ലോ പുരാണപാരായണം ശ്രദ്ധിക്കാതെ തകരച്ചെണ്ട കൊട്ടിരസിക്കുന്നത്?"

അപ്പോൾ ചൂഡാകർണ്ണൻ പറഞ്ഞു:

"മിത്രമേ! സഹോദരസന്യാസീ! ഭവാൻ എന്നെ തെറ്റിദ്ധരിച്ചിരിക്കുന്നു. ഞാൻ അന്നുമിന്നും എന്നും ഭവാന്റെ മിത്രം തന്നെ. എന്നാൽ രാത്രി എലിശല്യം കഠിനം. ഞാൻ ഭിക്ഷയെടുത്തു ലഭിക്കുന്ന ഇത്തിരി ധാന്യം ഈ മൂഷികവർഗം കട്ടുതിന്നും. അവയെ ഭയപ്പെടുത്തി ഓടിക്കുവാനാണ് ഈ ഭേരി."

അപ്പോൾ സുഹൃൽസന്യാസി അന്വേഷിച്ചു.

"എലികൾ ഒന്നായി വന്നാണോ ഈ ധാന്യക്കവർച്ച. അതോ ഒരൊറ്റ എലിയേഉള്ളൂ എന്നുണ്ടോ?"

"ഒരൊറ്റ എലിയേ ഉള്ളൂ. ആഖ്യവർഗ്ഗമില്ല." ചൂഡാകർണ്ണൻ പറഞ്ഞു.

"ഏകനെങ്കിൽ താങ്കളുടെ ഭിക്ഷാന്നം കവർന്നുതിന്നുക മാത്രമാണ് കാര്യമെന്നു കരുതണ്ട. വേറെ എന്തെങ്കിലും ലക്ഷ്യമുണ്ടാകും. സാധാരണനിലയ്ക്ക് കുത്തിച്ചേറി വെടുപ്പാക്കിയ എള്ളുകൊടുത്ത്

പകരം വെടുപ്പാക്കാത്ത എള്ള് ചണ്ഡാലസ്ത്രീവാങ്ങുകയില്ല. വേണ്ടകാരണം കാണും."

ശുദ്ധമാക്കിയ എള്ളു കൊടുത്ത് ചീത്ത എള്ളു വാങ്ങുകയോ. അതെന്താണു കഥ എന്നു ചൂഡാകർണ്ണൻ ചോദിച്ചു:

എങ്കിലോ കേട്ടാലെന്നു ബൃഹൽസ്ഫിക്കും.

അന്യായമായിട്ടൊരു കാരണം

സോമശർമ്മാവ് രാജകുമാരന്മാരോട് പറഞ്ഞു: "ചേറ്റിപ്പാറ്റി ശുദ്ധ മായ എള്ളുകൊടുത്ത് വെടുപ്പാക്കാത്ത എള്ളുമേടിക്കുന്ന ചണ്ഡാല മാതാവിന് വേറെ ഏതോ ലക്ഷ്യമുണ്ടാകും. ബൃഹൽസ്ഫിക്ക് ആ കഥയാണല്ലോ പറഞ്ഞത്."

അക്കാലങ്ങളിൽ ഞാനൊരു വിപ്രമന്ദിരത്തിലെത്തി സ്നാന സന്ധ്യാവന്ദനങ്ങൾ ചെയ്തിരിക്കും സമയം. ഗൃഹസ്ഥൻ പത്നിയെ വിളിച്ചുപറഞ്ഞു, "നാളെ കറുത്തവാവാകുന്നു. ദാനമേകുവാനായി ഞാൻ ഉത്തമദ്വിജരെ ക്ഷണിച്ചിട്ടുണ്ട്. അതിനായി എള്ളും പൂവും പുല്ലും മറ്റ് ഭോജ്യവസ്തുക്കളും ഒരുക്കുക."

അതുകേട്ട് ബ്രാഹ്മണി പറഞ്ഞു:

"നമ്മുടെ ഇല്ലത്ത് ദാനത്തിനായി ഒന്നുമില്ല. എന്റെ തലയിലെഴു ത്തിന്റെ തായാട്ട് തന്നെ. കുടുംബം പുലർത്താത്ത ഗൃഹസ്ഥൻ ദാനംചെയ്യാൻ മോഹിക്കരുത്." വിപ്രൻ പറഞ്ഞു:

"പ്രിയേ! ലോഭം നന്നല്ല. കുബേരന്റെ ദാനമല്ല, ദരിദ്രന്റെ ദാനമാണ് ഉത്തമം. മണിക്കിണറിലെ ജലമാണല്ലോ ദാഹശമനത്തിനുതകുന്നത്. മഹാസമുദ്രത്തിലെ വെള്ളം കുടിക്കാൻ നന്നല്ല. നല്ല സമയത്ത് നല്ല വർക്കു ദാനം ചെയ്യണം. അന്നന്ന് നന്നായി കഴിയണം. അല്ലാതെ നാളേയ്ക്കും മറ്റന്നാളേക്കും എന്നു കരുതിസ്വരൂപിക്കുന്നവനെ എന്തു കർമ്മമാണ് കാത്തിരിക്കുന്നത് എന്ന് ആരറിഞ്ഞു. അത്യാഗ്രഹിയുടെ തലയിൽ ശിഖ എന്നുകേട്ടിട്ടില്ലെ."

"ഇല്ല" എന്നു പറഞ്ഞ ബ്രഹ്മണിയോട് ബ്രാഹ്മണൻ പറഞ്ഞു.

പണ്ട് ഒരു വേടൻ വേട്ടയ്ക്കു പുറപ്പെട്ടു. വില്ലും അമ്പുമായി കാട്ടിൽ നായാടി നടന്ന വേടൻ ഭാഗ്യവശാൽ ഒരു മാനിനെ കണ്ടു. അമ്പെയ്തു കൊന്ന മാനിനേയും ചുമന്നു നടക്കുമ്പോൾ കൂറ്റനാം ഒരു വരാഹ ത്തെയും കണ്ടെത്തി. നായാടി ആ പന്നിയേയും ശരം തൊടുത്തു വീഴ്ത്തി. അമ്പുകൊണ്ട് മരണത്തിലേക്കടുത്ത ആ കൂറ്റൻ പന്നി വേടന്റെ നേരെ ചാടി വൻതേറ്റകൊണ്ട് കടിച്ചുകൊന്നു. വരാഹം ചത്തു

വീഴുകയും ചെയ്തു. അന്നേരമാണ് ദംഷ്ട്രീകനെന്ന് പേരുള്ള ഒരു കുറുക്കൻ ആ വഴി എത്തിയത്. അവൻ മൂന്നു ശവം കണ്ട് സന്തോഷിച്ചു. മനോരാജ്യം കണ്ടു. ഇന്ന് വേടന്റെ മാംസം ഭക്ഷിക്കാം. നാളേയ്ക്ക് മാനിറച്ചിയുണ്ട്. മറ്റന്നാളേക്കു പന്നി. വിചാരിച്ചിരിക്കാത്ത മഹാഭാഗ്യം. അപ്പോഴാണ് വില്ലുകണ്ടത്. ഇപ്പോൾ ഈ വില്ലിന്റെ ഞാൺ പ്രാതലിനുമായി. ഈ വിധം സന്തോഷിച്ച് ക്രോഷ്ടാവ് വില്ലിന്റെ ഞാണിൽ കടിച്ചു. ഞാണറ്റ വില്ല് ഹുങ്കാരത്തോടെ നിവർന്നു. കുറുക്കന്റെ പിളർന്ന വായിൽ കുത്തിക്കേറി തലയിലൂടെ പുറത്തു വന്നു. അവിടെത്തന്നെ ചത്തുമലച്ചു. അതാണ് അത്യാഗ്രഹിയുടെ തലയിൽ കുടുമ മുളയ്ക്കുമെന്നു പറഞ്ഞത്. പ്രിയ ഭാര്യേ! കേൾക്കൂ. ആയുസ്സും കർമ്മവും ധനവും വിദ്യയും മരണവും ഗർഭസ്ഥദശയിൽ തന്നെ വിധിച്ചിരിക്കും.

അപ്പോൾ പത്നിയായ ഭാര്യ പറഞ്ഞു:

"ഇവിടെ കുറച്ച് എള്ള് ഇരിപ്പുണ്ട്. ഞാനത് കുത്തിച്ചേറി പലഹാരമുണ്ടാക്കാം. എള്ളുണ്ട മഹാവിപ്രർക്ക് നൽകാമല്ലോ."

അതുമതി.

അതുകേട്ട് വിപ്രപത്നി എള്ളു കുതിർത്ത് വൃത്തിയാക്കി വെയിലത്തുണക്കുവാൻവെച്ച് അടുക്കളപ്പണിക്കു പോയി. അതിനിടയ്ക്ക് ഒരു കോഴി വന്ന് എള്ളിൽ കാഷ്ഠിച്ചു. അശുദ്ധമായ എള്ള് ഭക്ഷിക്കുവാനും വയ്യ. ഒടുവിൽ ആ ഗൃഹണി കോഴിക്കാട്ടം മണക്കുന്ന എള്ളുമെടുത്ത് മറ്റൊരു വിപ്രഗൃഹത്തിലെത്തി പറഞ്ഞു. "അമ്മേ! എനിക്കിത്തിരി വൃത്തിയാക്കാത്ത എള്ളു തരൂ. പകരം ചേറിപ്പാറ്റി വൃത്തിയാക്കിയ എള്ളുതരാം." അതുകേട്ട് എള്ളു കൊടുക്കുവാൻ തുനിഞ്ഞ അമ്മയെ മകൻ തടഞ്ഞു. "അമ്മേ! ഇതിലെന്തോ ചതിയുണ്ട്. നല്ല എള്ളുകൊടുത്ത് ചീത്ത എള്ള് ആരാനും വാങ്ങുമോ!" പുത്രന്റെ ഉപദേശം കേട്ട് മാതാവ് എള്ളുവാങ്ങാതെ ബ്രാഹ്മണിയെ തിരിച്ചയച്ചു.

"അതാണു പറഞ്ഞത് മൂഷികന്റെ പ്രവൃത്തിക്ക് അന്യപ്രയോജനമുണ്ട്". ഇങ്ങനെ പറഞ്ഞ് എലിയെ പിന്തുടർന്ന് ആ സ്ഥലം കുഴിച്ചുനോക്കി. അവർ കുഴിച്ചെത്തി ഞാനിരിക്കുന്ന സ്ഥാനത്തിനടിയിലുള്ള നിധി കണ്ടെത്തി. നിധി കണ്ട് ബൃഹൽസ്ഫിക്ക് ചൂഡാകർണനോട് പറഞ്ഞു.

"സുഹൃത്തേ! ഇപ്പോൾ മുതൽ താങ്കൾ ധനവാനായി. സുഖമായി ജീവിക്കുക."

"ഹേ മന്ദര! അന്നു മുതൽ നിധി നഷ്ടപ്പെട്ട ഞാൻ ദരിദ്രനായി. അഷ്ടിക്കു മുട്ടുകയാൽ എന്റെ ശരീരം പുഷ്ടി നഷ്ടപ്പെട്ടു.

വൃഷ്ടിയില്ലാഞ്ഞാൽ പുഴയും കായലും വറ്റും. ഇഷ്ടി (യാഗം) ഇല്ലാതായാൽ ദ്വിജരും ബ്രാഹ്മണ്യം നഷ്ടപ്പെട്ട് താഴ്ന്നവരാകും. സുഖമില്ലാത്ത മനുഷ്യൻ എന്തിനു കൊള്ളാം. വളമില്ലാഞ്ഞാൽ വിളവും കുറയുമല്ലോ. വടിയില്ലാഞ്ഞാൽ വൃദ്ധനു നടക്കാനെളുതാമോ. സൃഷ്ടിയില്ലാഞ്ഞാൽ പ്രജകളില്ലാതാവും. പട്ടിയില്ലാഞ്ഞാൽ വീടിനുറപ്പില്ലാതാവും. ചെട്ടിയില്ലാഞ്ഞാൽ വ്യാപാരം തഴയ്ക്കുകയില്ല. കുട്ടിയില്ലാത്ത പശു കറക്കില്ല. ചട്ടിയില്ലാഞ്ഞാൽ യാചകന് ഭക്ഷണമില്ലാതാവും. ചൂഡാകർണൻ ഈ സദ്വാക്യങ്ങളൊക്കെ കേട്ടു. അർത്ഥമുണ്ടെങ്കിൽ മനുഷ്യർ സമർത്ഥരായിത്തീരുമല്ലോ. ധനമില്ലാത്ത പുരുഷൻ വെറും ജീവശരീരം മാത്രം. നമ്മുടെ ഭിക്ഷാന്നം മോഷ്ടിച്ചു തിന്നു ജീവിച്ചിരുന്ന മൂഷികൻ ഇപ്പോൾ ധനം നശിച്ച് പരവശനായി. ദ്രവ്യമുണ്ടെങ്കിലേ ബന്ധുക്കളുണ്ടാവൂ. ഭവ്യനായാലും ദിവ്യനായാലും ദ്രവ്യമില്ലെങ്കിൽ തരംകെടും. ഈവിധം പറയുന്ന സംന്യാസിയെ വിട്ട് ഞാനിപ്പോൾ ഭവാനെ ആശ്രയിക്കുന്നു. എരപ്പാളിയായാൽ മഹാദുഃഖംതന്നെ. മരണമാണ് ഭേദം. കയ്യുനീട്ടി യാചിക്കുന്നതിലും വലിയ ദുഃഖമെന്തുള്ളൂ. അതിലും നന്ന് മൂന്നേമുക്കാൽ നാഴിക മാത്രം ജീവിച്ച് തീയിൽച്ചാടിച്ചാവുന്ന ഈയലിൻ ജീവിതം."

"ദരിദ്രനായി പ്രസവിക്കുന്നതിലും ഭേദം അമ്മയുടെ ഗർഭം അലസുന്നതാകുന്നു. വിടനാകുന്നതിലും നല്ലത് ഷണ്ഡനാകുന്നതാകുന്നു. ബൗദ്ധനെ സേവിച്ചു ജീവിക്കുന്നതിലും കാമ്യം കാട്ടിൽ കിടന്ന് ഊർദ്ധ്വൻ വലിക്കുകയാണ്. രോഗിയായാൽ മനുഷ്യർ വർക്കത്തു കെട്ട് നശിക്കുമല്ലോ. മഹാലക്ഷ്മിയും അവനെ വിട്ടുമാറും. കിട്ടിയതിൽ സന്തുഷ്ടനാവാത്ത ലുബ്ധന് സൗഖ്യമുണ്ടാവില്ലെന്നറിയണം. കുറച്ചേ ലഭിച്ചുള്ളുവെങ്കിലും അതിൽ സന്തോഷിക്കുന്ന മനുഷ്യനാണ് മനുഷ്യൻ. അവർക്ക് ഒരിക്കലും ദുഃഖമുണ്ടാവില്ല. ചെരിപ്പു ധരിച്ചവന് ഭൂലോകം മുഴുവനും പാദസുഖം ലഭിക്കുമല്ലോ. തോൽപ്പാദുകം ഭൂമി മുഴുവൻ ചർമ്മം പുതച്ചതിനു സമം. കിട്ടുന്നതിൽ തൃപ്തിയുണ്ടെങ്കിൽ മനുഷ്യന് മനഃക്ലേശമില്ലല്ലോ മന്ദരാ! അതറിഞ്ഞ ഞാൻ വൈരാഗ്യഗുണം സ്വീകരിക്കുന്നു. ധർമ്മമെന്നാൽ കാരുണ്യംതന്നെ. മഹാവ്യാധി കൂടാതുള്ള ജീവിതമാണ് സൗഖ്യം. സാധുസമ്പർക്കമാണ് സാധിക്കേണ്ടത്. ബോധിക്കേണ്ടത് പരബ്രഹ്മജ്ഞാനമാകുന്നു. ശാസ്ത്രജ്ഞാനംകൊണ്ട് ഒരു ഫലവുമില്ല. ശാസ്ത്രം ആചരിച്ചാലേ ഫലമുള്ളൂ. ഔഷധം എത്ര നന്നായാലും പത്ഥ്യമാചരിക്കാഞ്ഞാൽ രോഗം മാറുമോ? ഗ്രന്ഥം കക്ഷത്തിൽ വെച്ചിട്ടെന്തുഫലം. അർത്ഥം

അറിയണം. കുരുടൻ വിളക്കെടുത്താൽ വഴി അറിയില്ലല്ലോ. അറിവുള്ളവനെങ്കിലും അധികം പറയുന്നവൻ അപഹാസ്യനാകും. അധികം പറയുന്നില്ല; താങ്കളെന്നെ ബന്ധുവായി കൂടെ താമസിപ്പിക്കുന്നത് ഉത്തമം തന്നെ. സ്വസ്ഥാനം വിട്ടുപോന്നവന് എവിടെ ചെന്നാലാണ് സൗഖ്യം. "സ്ഥാനം വിട്ടാൽ വിളങ്ങില്ല, ദന്തം നഖം നൃപൻ രോമം" എന്ന നീതിശാസ്ത്രം അരുളുന്നു."

ഈ വിധം സുഹൃദ്വാക്യംകേട്ട് മന്ദരൻ പറഞ്ഞു:

"സ്വദേശം വിട്ടാലും മനോദോഷമില്ലാത്ത പുരുഷൻ ചെല്ലുന്ന ദിക്കിലും സുഖിയായി വരും. അരയന്നങ്ങൾ ആകാശഗംഗയിലെ പൊൽത്താമര വെടിഞ്ഞ് ഭൂമിയിലെ താമരപ്പൊയ്കയിൽ സുഖിച്ചു ജീവിക്കുന്നില്ലേ. ദുരഭിമാനവും മഹാവ്യാധിയും സദാസുന്ദരിമാരൊത്തുള്ള വാസവും സങ്കുചിതസ്വഗ്രാമസ്നേഹവും ദുർമോഹികൾക്കേ ഉണ്ടാകൂ. ഉത്സാഹവും വിദ്യയും ബോധവും സൽസംഗവും സൽക്കർമ്മധർമ്മവും ഉള്ളവർക്ക് എവിടെ ചെന്നാലും അല്ലലില്ല. സ്വന്തം നാടെന്നും അന്യനാടെന്നും ഉള്ള വ്യത്യാസവുമില്ല. അതാണ് ഹേ മൂഷിക, ഞാൻ പറയുന്നത്. നമ്മോടുകൂടിയുള്ള സഹവാസം നന്ന്. മേഘത്തണലും രാകാദിസസ്യങ്ങൾകൊണ്ടുള്ള ആമോദവും യൗവ്വനം തികഞ്ഞ പെൺമണിയൊത്തുള്ള വാസവും ഇത്തിരി കാലത്തേക്കേയുള്ളൂ."

കാകൻ പറഞ്ഞു: "സത്യമാണ് ഹേ കൂർമ്മചൂഡാമണേ! സത്തുക്കൾക്കാപത്തു വന്നാൽ നികത്തുവാൻ സത്തുക്കൾക്കേ സാധിക്കൂ. വാരിക്കുഴിയിൽ വീണ ആനയെ കേറ്റാൻ ആനയ്ക്കേ കഴിയൂ. കുണ്ടുള്ള കായലും തോടുമന്വേഷിച്ച് മത്സ്യാദികൾ യാത്ര ചെയ്യുന്നു. മധുവൂറുന്ന പുഷ്പം നോക്കി വണ്ട് പറക്കുന്നു. താമരത്തേനുള്ളിടത്ത് രാജഹംസം പാർക്കുന്നു. ഹേമന്ദരാ! ഹിരണ്യൻ ഭവാന്റെ അടുത്തു വസിക്കുന്നു. ഞാനും അവ്വണ്ണം തന്നെ."

ഘോരശാപത്തിൽ പതിപ്പാനെന്തു കാരണം

"ഇത്ഥം പറഞ്ഞിരിക്കും ദശാന്തരേ
ലുബ്ധകാസ്ത്രത്തെ ഭയപ്പെട്ടൊരു മൃഗം
ചിത്രാംഗനെന്നു പേരായവൻ വേഗേന
തത്രാഗമിച്ചൊരുനേരത്തു മന്ദരൻ
സ്വാഗതം ചോദിച്ചു സൽക്കാരവും ചെയ്തു
വേഗതോ ഭോജനം നൽകിപ്പറഞ്ഞിതു."

"മഹാഭാഗൻ! ഞങ്ങളുടെ ഈ ദിക്കിനെ ശുദ്ധമാക്കുവാൻ താങ്കളിപ്പോൾ എവിടെനിന്നാണു വന്നത്. ആഗമനോദ്ദേശ്യമെന്താവും."

ചിത്രാംഗൻ പറഞ്ഞു:

"വേടനെപ്പേടിച്ചോടി വന്നതാണ് ഞാൻ. താങ്കളെ കണ്ടപ്പോൾ എന്റെ പേടി മാറി ഭവാനു കൂപ്പുകൈ."

മന്ദരൻ പറഞ്ഞു: "ഈ ദിക്കാണ് നമ്മുടെ മന്ദിരം. ഇവിടെ കൂട്ടുകൂടുക. ഒന്നിനും ബുദ്ധിമുട്ടില്ല. നമ്മുടെ ഭവനത്തിൽ ഭയവും വേണ്ട എന്നു ധരിച്ചാലും. എലികളുടെ മുഖ്യനായ ഈ ഹിരണ്യനും കാകശ്രേഷ്ഠനും സുഹൃത്തുക്കളായി വന്നെത്തിയതാകുന്നു. ചിത്രാംഗനെന്ന താങ്കളും ഇപ്പോൾ ചങ്ങാതി തന്നെ. ധരിച്ചാലും. മിത്രലാഭമാണ് സമ്പത്ത്. മറ്റൊരു സമ്പത്തും ചങ്ങാതിക്കൂറോളം വരില്ല." അല്പം സുഹൃൽസംഭാഷണം ചെയ്തശേഷം ചിത്രാംഗൻ അന്നം തേടി കാടു നടുവിൽ പോയി. നേരം ഏറെ കഴിഞ്ഞിട്ടും ചിത്രാംഗനെ കാണാഞ്ഞ് മന്ദരനും കാകനും ഹിരണ്യനും ഖിന്നരായി. അപ്പോൾ വേഗത്തിൽ പറക്കുന്ന കാകൻ മൃഗത്തിനെ തിരഞ്ഞു പുറപ്പെട്ടു. കാടു പരതിയപ്പോൾ ഏതോ നായാടി വിരിച്ച വലിയ വലയിൽപെട്ടു കിടക്കുന്ന ചിത്രാംഗനെ കണ്ടു.

കൂട്ടുകാരനെ കണ്ട് മൃഗം പറഞ്ഞു: "കാകരാജൻ? വിശേഷം പിന്നെ പറയാം. അവിടുന്നു വേഗം ഹിരണ്യനെ കൂട്ടി വരിക. മൂഷികാഢ്യൻ എന്റെ പാശബന്ധം മുറിക്കുമല്ലോ."

അതുകേട്ട കാക്ക അപ്പോഴേ ഊക്കിൽ പറന്ന് ഹിരണ്യനെ മുതുകത്തേറ്റിവന്നു. ചിത്രാംഗനെ കണ്ട് ഈ കഷ്ടസ്ഥിതിക്കു കാരണമെന്തെന്നായി ഹിരണ്യൻ.

"അതൊക്കെ സാവകാശം പറയാം. നമ്മുടെ പ്രിയസുഹൃത്ത് വായസമുഖ്യനും അതന്വേഷിച്ചു. പക്ഷേ, ഇപ്പോൾ സമയമില്ല. വല വിരിച്ച വേടൻ വരുംമുമ്പ് എന്നെ സ്വതന്ത്രനാക്കിയാലും."

ഹിരണ്യൻ പറഞ്ഞു: "പ്രൗഢനാം ഞാനന്തികെ നിൽക്കവേ ഭയമെന്തിനു സഖേ. കാര്യം പറയൂ."

എങ്കിൽ ശ്രവിച്ചാലുമെന്നു ചിത്രാംഗനും

അന്ന് ഞാൻ ആറുമാസം പ്രായമുള്ള മാൻകിടാവായിരുന്നു. ഒരു നാൾ അമ്മ അകലെ പോയനേരം ഒരു വേടൻ വില്ലും കുലച്ചു വന്നു. ആ ഘാതകനെ കണ്ട് കൂടെയുള്ളവർ മണ്ടി. വേഗത്തിലോടാറായിട്ടില്ലാത്ത എന്നെ വേടൻ പിടിച്ചു. കൌതുകംകൊണ്ടാവാം കുട്ടിയായിരുന്ന എന്നെ നാടുവാഴിക്കു കാഴ്ചവെച്ചു. നാട്ടധികാരി എന്നെ ആട്,

പശു, പോത്ത് കിടക്കുന്ന തൊഴുത്തിലാക്കി. കറുകപ്പുല്ലും ശുദ്ധജലവും ശുദ്ധമായിതന്നു. അങ്ങനെയിരിക്കുമ്പോൾ മഴക്കാലാരംഭത്തിലെ മേഘഗർജ്ജനം കേട്ട് ഞാൻ ഖിന്നനായി. കാട്ടിൽ കോരിച്ചൊരിയുന്ന മഴയത്ത് കൂട്ടാളികളുമൊത്ത് സന്തോഷിച്ചു മദിക്കേണ്ടതായ ഞാൻ ഇവിടെ ആട്-മാട്-പശുക്കൾക്കൊപ്പം കൂട്ടിലകപ്പെട്ടുവല്ലോ. കൂട്ടുകൂടി ഓടിനടക്കുകയും ചാടിക്കളിക്കയും തിരുമണ്ടം തിരികയും സ്വാദുഭക്ഷണം തേടിനടക്കുകയും ചെയ്യേണ്ട ഗതി ഇങ്ങനെ ആയല്ലോ. ഇതൊക്കെ വിചാരിച്ച് ദുഃഖിച്ച് ഞാൻ സ്വയം പറഞ്ഞു. “ദൈവമേ എന്റെ യോഗം! എന്നാണ് ഞാൻ സ്വതന്ത്രനാവുക. അതോ നിത്യം ഈ കൂട്ടിൽ ഒതുങ്ങേണ്ടിവരുമോ.” എന്റെ മനുഷ്യഭാഷിതം കേട്ട് രാജകുമാരൻ വന്നു നോക്കി. മനുഷ്യരാരേയും കാണാഞ്ഞു പരിഭ്രമിച്ചു. ഒരു മാൻകിടാവ് മനുഷ്യരെപ്പോലെ സംസാരിക്കുകയോ. ബാധ കൂടിയതാകുമോ. അതോ ചാക്കുലദേവത വന്നു ബാധിച്ചതോ. എന്നൊക്കെ ഭയന്ന് രാജനന്ദനൻ ഭീതിജ്വരം ബാധിച്ച് കിടപ്പിലായി. രാജപുത്രൻ പിച്ചും പേയും തുടങ്ങി. സ്വപുത്രന്റെ അവസ്ഥ കണ്ട് രാജമാതാവും സേവകരും പരിഭ്രമിച്ചു. ദേവതാകോപം എന്നു കരുതി ഗണകനെ കൊണ്ടുവന്ന് പ്രശ്നം വെപ്പിച്ചു. പ്രശ്നത്തിൽ തെളിഞ്ഞത് ദൈവജ്ഞൻ പറഞ്ഞു: “ഭയപ്പെടാനൊന്നുമില്ല. മരണഭീതിയിലും അത്യന്തദുഃഖത്തിലും മൃഗവും മനുഷ്യരെപ്പോലെ സംസാരിക്കും. രഹസ്സിൽ അതീവദുഃഖം സഹിക്കാതെ പക്ഷിമൃഗാദികൾ ആത്മഭാഷണം നടത്തും. അതിനാൽ സ്വസ്ഥമായിരുന്നാലും. ജ്വരം ഇന്നു മുതൽ ശമിക്കും.” കാര്യം ഗ്രഹിച്ച രാജപുത്രന്റെ ജ്വരം മാറി. ഭയം വിട്ടകന്നു. പേടിച്ചുപനിച്ചത് പേടി മാറി പനി മാറി. സന്തുഷ്ടനായ അരചകുമാരൻ എന്നെ മോചിപ്പിക്കുകയും ചെയ്തു. അങ്ങനെ ബാല്യത്തിലും എനിക്കൊരു ബന്ധനപ്രാപ്തി ഉണ്ടായിട്ടുണ്ട്. ഇപ്പോഴും ഞാൻ ബന്ധിതനായി.

“മിത്രമേ!” സാരംഗം പറഞ്ഞു. “ശരീരികൾക്ക് ഇന്നതേ വരൂ എന്ന് പ്രവചിക്കുവാനാവില്ലല്ലോ.”

ബന്ധു എന്ന രണ്ടക്ഷരം

“ഇങ്ങനെ തമ്മിൽ പറഞ്ഞിരിക്കുംവിധൗ
തങ്ങളുടെ ബന്ധുവാം കൂർമ്മാധിരാജനും
ബന്ധുവൃത്താന്തം ഗ്രഹിപ്പാൻ പുറപ്പെട്ടു
ബന്ധനസ്ഥാനത്തു വന്നിരുന്നീടിനാൻ.”

അപ്പോൾ ഹിരണ്യകൻ പറഞ്ഞു:

“അല്ലേ ചങ്ങാതീ, താങ്കൾ ഇപ്പോൾ ഇങ്ങോട്ടുവന്നതു നന്നായില്ല. ദുഷ്ടനാം വേടൻ വരുന്നേരം ഓടിമറയുവാൻ ഞങ്ങൾക്കാകും മഹാമതേ! ജലത്തിൽ നീന്തുന്ന താങ്കൾക്ക് കരയിൽ സഞ്ചാരംതന്നെ മന്ദമായിരിക്കുമല്ലോ. അപ്പോൾ ശഠനായ വേടൻ വന്നു പിടിക്കും. അതോർക്കാതെ ഇപ്പോൾ വന്നതു നന്നായില്ല.”

മന്ദരൻ പറഞ്ഞു:

“ഞാനത്ര മന്ദഭാഗ്യനാണെങ്കിൽ വരുന്നതു വരട്ടെ. വന്നതു വന്നു. ഭവാന്മാരെ പിരിഞ്ഞിരിക്കുവാൻ എനിക്കുമേല. ബന്ധുവിരഹത്താൽ മനസ്സ് അന്ധമാകും. എന്നല്ല വിഷാദാംബുധിയിൽ മുങ്ങിത്താഴുകയും ചെയ്യും. അതാണ് സജ്ജനസ്വഭാവം.”

ഇങ്ങനെ മന്ദരൻ പറയുമ്പോൾ കാട്ടാളൻ വന്നു. വേടൻ അടുത്തുവരുംമുമ്പ് ഹിരണ്യൻ മാൻകിടാവിന്റെ ബന്ധപാശം അറുത്തു. ചിത്രാംഗസാരാംഗവും മഹാകാകനും ഹിരണ്യനും അതിവേഗം വേടന്റെ ദൃഷ്ടിയിൽനിന്നു മറഞ്ഞു. പക്ഷേ, മന്ദഗതിയായ മന്ദരകൂർമ്മത്തെ വേടൻ കണ്ടെത്തിപ്പിടിച്ച് വില്ലിന്റെ ഞാണഴിച്ചു ബന്ധിച്ചു. എന്നിട്ട് മറ്റൊരു ജന്തുവിനെ പിടിക്കുവാനായി മറ്റൊരു ഭാഗത്തേക്കു പോയി. വേടൻ പോയ താപ്പുനോക്കി കാകനും മൂഷികനും മൃഗവും മന്ദരകൂർമ്മത്തിന്റെ സമീപം വന്നു. സുഹൃത്തിന്റെ ശോച്യാവസ്ഥ കണ്ട് കരഞ്ഞുതളർന്നു. അപ്പോൾ ഉഭയജീവിയായ ആമ പറഞ്ഞു:

“പ്രിയബന്ധുക്കളെ, നിങ്ങളെന്തിന് ഈവിധം കേഴുന്നു. ബന്ധുവെന്ന രണ്ടക്ഷരം ജഗൽബന്ധുതന്നെ വിധിച്ചതാകുന്നു. പുത്രൻ, സഹോദരൻ, അച്ഛൻ, അമ്മ, ഭാര്യ, ഭൃത്യൻ ഇവരാരും ആപൽസമയത്ത് ഉപകരിച്ചു എന്നു വരില്ല. ഇത് പുരാണപ്രസിദ്ധമാണല്ലോ. മിത്രന്റെ പുത്രനായ സുഗ്രീവൻ മിത്രഭാവത്തിലുണ്ടായതുകൊണ്ടാണല്ലോ മിത്രവംശജനായ ശ്രീരാമഭദ്രൻ രാക്ഷസപ്രഭുവിന്റെ പത്തുതല ഭേദിച്ചതും ഭൂലോകത്തെ രക്ഷിച്ചതും. മൂന്നുലകും രക്ഷിപ്പാനുതകിയ ചങ്ങാത്തമല്ലേ അത്. ആ വിധം സുഹൃല്ലാഭം നമുക്കുമുണ്ട്. അതുകൊണ്ട് ഭയമില്ല എന്നു ധരിച്ചാലും. മംഗളംതന്നെ ഭവിക്കും.”

ഹിരണ്യൻ പറഞ്ഞു:

“പ്രിയ സുഹൃത്തേ ചിത്രാംഗാ, കാകമുഖ്യാ, കേട്ടാലും. ഹേ മാൻകിടാവേ! ഭവാൻ ചെന്ന് ആ തടാകതീരത്ത് ചത്തപോലെ കിടക്കണം. ലഘുപതനനായ വായസശ്രേഷ്ഠാ! അവിടുന്ന് മൃഗത്തിന്റെ മേലിരുന്ന് കൊക്കുരുമ്മണം. മാംസം ഭക്ഷിക്കുന്നപോലെ നടിക്കണം. അപ്പോൾ മാൻ ചത്തു എന്നു കരുതി വേടൻ സന്തോഷിച്ചടുത്തെത്തും.

അജ്ഞാനികൾക്ക് വിവേകമില്ലല്ലോ. അതിനിടയ്ക്ക് ക്ഷണനേരം കൊണ്ട് ഞാൻ ഞാണു കടിച്ചുമുറിച്ച് ആമയെ മുക്തനാക്കാം. മന്ദര കൂർമ്മം ഉടനെ സരസ്സിൽ മുങ്ങിനീന്തി ഊളയിട്ടു മറയണം. വേടൻ മാനിനെ കെട്ടിവലിക്കാൻ വള്ളികൊണ്ടുവരുന്നതിനകം ഇതൊക്കെ മുറതെറ്റാതെ നടക്കണം."

ഹിരണ്യനുപദേശിച്ചതിൻവണ്ണം സാരംഗം ചത്തപോലെ കിടന്നു. കാക്ക മൃഗത്തിൻപുറത്ത് ഇരുന്ന് മാംസം കൊത്തിവലിക്കുംപോലെ നടിച്ചു. വേടൻ ഈ കാഴ്ചകണ്ട് സന്തുഷ്ടനായി വന്നു. മാനിനെ കെട്ടി വരിഞ്ഞു കൊണ്ടുപോകുവാനായി കാട്ടുവള്ളിയന്വേഷിച്ചു നടന്നു. സമയം ഒത്തുവന്നപ്പോൾ ഹിരണ്യൻ ഞാണു കരണ്ടുമുറിച്ച് മന്ദരനെ മോചിപ്പിച്ചു. കാക്കമുഖ്യനും ഹിരണ്യനും മാൻകിടാവും ഓടിമറഞ്ഞു. മന്ദരൻ തടാകത്തിൽ മുങ്ങാംകുഴിയിട്ടു. കാട്ടുവള്ളിയുമായെത്തിയ വേടൻ ഇരയൊന്നും ലഭിക്കാതെ കുണ്ഠിതം പൂണ്ട് കുമ്പിട്ടിരുന്നു.

"മന്ദരൻ കാകൻ മൃഗവും ഹിരണ്യനും
മന്ദിരം പ്രാപിച്ചു മന്ദേതരോത്സവം
നാലുപേരുംകൂടി മേളിച്ചുലാളിച്ചു
ലീലാവിലാസേന വാണു യഥാസുഖം
ഇത്ഥം സുഹൃല്ലാഭമെന്നുള്ള തന്ത്രവും
സിദ്ധം സമസ്തസിദ്ധിപ്രദം മംഗലം."
ഇതിസുഹൃല്ലാഭോനാമദ്വിതീയതന്ത്രം

സമാപ്തം.

ശുഭം

മൂന്നാംതന്ത്രം

സന്ധിവിഗ്രഹം

തദ്വിധമ്മാരെ ചെറ്റും വിശ്വസിക്കരുത്

"അംബരോപഗോപുരേവാണരുളീടും ദേവ-
നംബുജവിലോചനൻ പാർത്ഥസാരഥികൃഷ്ണൻ
അംബരാലയമ്മാരാലെപ്പൊഴുമാരാധിതൻ
ശംബരാന്തക പ്രിയൻ ശാശ്വതൻ സദാനന്ദൻ
കമ്പവും പ്രമോദവുമന്വഹം ധരിക്കുന്ന
ബിംബവിഗ്രഹപ്രതിബിംബിതൻ ബ്രഹ്മാത്മകൻ
അംബുദാവലിരുചിശ്യാമളൻ സദാസമാ-
ലംബനം മമസ്വാമിദേവനാം നാരായണൻ."

ശാരികപ്പെൺപൈതലെ! നീതിശാസ്ത്രമായ പഞ്ചതന്ത്രത്തിലെ സന്ധിവിഗ്രഹമെന്ന മൂന്നാംതന്ത്രം ഓതിത്തന്നാലും.

സോമശർമ്മാവ് ഭൂപാലാത്മജരോടു പറഞ്ഞു:

"പണ്ടുപണ്ടേ വൈരികളായിരുന്നവർ സ്നേഹം നടിച്ചുവന്നാലും ശത്രുവായവൻ സുഹൃത്തായി വന്നാലും ചെറ്റും വിശ്വസിക്കരുത്. പണ്ട് കാക്കകൾ മൂങ്ങകളുടെ വാസസ്ഥലം തീയിട്ട് ചുട്ടുപൊട്ടിച്ചുവല്ലോ. എങ്ങിനെയെന്നാൽ-"

പണ്ടുകാലങ്ങളിൽ വൻകാനനത്തിൻ നടുവിൽ ഒരു വടവൃക്ഷം ഉണ്ടായിരുന്നു. മാനംമുട്ടും പൊക്കം. ഭൂതലം മറയ്ക്കും പരപ്പ്. കനം തൂങ്ങിനിറഞ്ഞ കൊമ്പും ഇലയും. ഭാരം നിറഞ്ഞതിനാൽ ഭൂമിയിൽ താഴ്ന്നുപോയാലോ എന്നു ശങ്കിച്ചാവാം തൂണുപോലെ വേടിറങ്ങിയത്. കാടിനു കൊടപിടിച്ച ആ പേരാലിൽ അനേകം പക്ഷികൾ കൂടണച്ചിരുന്നു. തടിക്കു താഴെ അനവധി സർപ്പങ്ങൾ മാളങ്ങളിൽ വസിച്ചിരുന്നു. മേഘമാർഗ്ഗത്തിലുയർന്ന വടവൃക്ഷത്തിൽ മേഘവർണ്ണനെന്ന

ഒരു കാക്കരാജൻ സ്വപ്രജകളായ അനേകശതം കാക്കകളൊത്ത് സസുഖം വാണിരുന്നു. വായസരാഷ്ട്രം സർപ്രകാരത്തിലും മേൽഗതി പ്രാപിച്ചുവന്നു. അക്കാലം അവിടെനിന്ന് അരക്കാലമകലെ വേറൊരു അശ്വത്ഥത്തിൽ കൗശികാഖ്യകളായ പക്ഷികൾക്ക് ഈശനായി അമർദ്ദനനെന്നു നാമം ചേർന്ന മൂങ്ങക്കൂട്ടങ്ങളുടെ അധിപതി സ്വജന മൊത്ത് വാണു. മൂങ്ങകൾക്ക് രാത്രി കാഴ്ചയുണ്ട്. കണ്ണുകാണാം. കാക്കകൾക്ക് രാത്രി കാഴ്ചയില്ല. മൂങ്ങയ്ക്ക് പകലു കാഴ്ചയില്ല. ഇരു ജാതിയും ജന്മാന്തരവൈരികളുമാകുന്നു. കണ്ടാൽ കണ്ടിടത്തുവെച്ചു കാച്ചും. എങ്കിലും പരസ്പരം കൂട്ടിമുട്ടാതെ അവരങ്ങനെ ജീവിക്കവേ ഒരിക്കൽ അമർദ്ദനൻ കാക്കകളെ കൊല്ലാനൊരുമ്പെട്ടു. അതിനായി പത്തുപതിനായിരം മൂങ്ങകളെ ഒത്തുചേർത്ത് രാത്രിയിൽ കാക്കക്കൂട്ട ത്തിൽ ചെന്ന് അറുകൊല നടത്തി. പേടിച്ചരണ്ട മേഘവർണനും മന്ത്രി മാരായ അഞ്ചുകാക്കകളും മാത്രം രക്ഷപ്പെട്ടു. പിറ്റന്നാൾ അതിരാ വിലെ കാക്കശ്രേഷ്ഠൻ തന്റെ കാക്കത്തുരുത്തിലെത്തി തലേന്നാ ളത്തെ ഘോരവിപത്തോർത്ത് മാഴ്കവെ സചിവരഞ്ചുപേരും വന്നു പ്രണമിച്ചു. ഉദ്ദാപകൻ, സന്ദീപകൻ, പ്രോദ്ദീപകൻ, ദീപകൻ എന്നീ നാൽവരും ചിരംജീവിയും ചേർന്ന് അഞ്ചായിരുന്നു മന്ത്രിമാർ. സ്വസ ചിവരെ നോക്കി മേഘവർണൻ പറഞ്ഞു:

"മുഖ്യസചിവരെ! നിങ്ങൾ അഞ്ചുമന്ത്രിമാരുടെ സാമർത്ഥ്യ ത്താലാണ് സ്ഥാനമാനങ്ങളും അങ്കവും ചുങ്കവും വർദ്ധിച്ചത്. അത് നാം മറക്കുന്നില്ല. എന്നാൽ ഇപ്പോൾ ശത്രുക്കൾ രാവിന്റെ ആന്ധ്യത യിൽ വന്ന് കൊടുംകൊല ചെയ്തിരിക്കുന്നു. വന്നതുവന്നു. കഴിഞ്ഞത് തിരുത്താനാവില്ല. എന്നാൽ ഇനി ഈവിധം വരാതിരിപ്പാനെന്തു ചെയ്യണം. മന്ത്രിസത്തമരെ, ചിന്തിച്ച് വേണ്ടത് പറയൂ."

അതുകേട്ട് ഉദ്ദീപക സചിവൻ പറഞ്ഞു:

"സ്വാമിൻ! ഉഗ്രവിക്രമരായ ശത്രുക്കളെ എതിർത്തു വധിക്കുവാൻ നമുക്കാവില്ല. അതിനാൽ നമുക്ക് മറ്റൊരു സ്ഥാനം തേടാം; അവിടെ വായസരാജ്യം വളർത്താം. അല്ലെങ്കിൽ മറ്റൊരു അതിബലവാനെ ആശ്രയിക്കാം. അതുമല്ലെങ്കിൽ ശത്രുവിനെത്തന്നെ ശരണം പ്രാപിച്ച് ദാസ്യവൃത്തി ചെയ്യാം. ഈ മൂന്നു മാർഗമാണ് എനിക്കു തോന്നുന്നത്."

സന്ദീപകൻ സ്വാഭിപ്രായം വെളിപ്പെടുത്തി. "ബഹുമാനപ്പെട്ട മന്ത്രി പറഞ്ഞത് നല്ല നയമാണെങ്കിലും ഭംഗിയല്ല. സ്വസ്ഥാനം വിട്ടുപോ കുന്ന നൃപനും ശ്വാവും ഒരുപോലെയാകുന്നു. നാട്ടിലെ നല്ലവൻകൂടി മറുനാട്ടിൽ അപഹാസ്യനാകും. കൈയിലുള്ളത് വിറ്റ് തിന്ന് ദുർഘട സ്ഥാനത്ത് തമ്പടിക്കുന്നവന് വിളിച്ചതും പറഞ്ഞതും കേൾക്കുവാൻ

ഒരു ചെക്കനും കൂടിയുണ്ടാവില്ല. നാടുവിട്ടോടിപ്പോയ നൃപനും ആ വിധമാകും. "കട്ടിലും വിട്ടു കലഹിക്കുന്ന പുരുഷനെ കെട്ടിയ പെണ്ണും കൂടെ പെട്ടെന്നു വെടിഞ്ഞിടും" എന്നുണ്ട്. സ്വപ്രജകളും രാജ്യവും നാടും നഗരവും ഒന്നും ഗണിക്കാതെ മാറ്റാനെ കണ്ട് അപ്പഴേ മണ്ടി ഒളിച്ചുപോകുന്ന മന്നന് പിന്നെ തിരിച്ചുവരുവാനുമാവില്ല. അതുകൊണ്ട് രാജ്യം വിട്ടുപോകരുതെന്നുടെ പക്ഷം."

രണ്ടുംകേട്ട് പ്രോദ്ദീപകൻ സ്വപക്ഷം വ്യക്തമാക്കി. "ശക്തനായ ശത്രുവെന്നുതിർക്കുമ്പോൾ വാശ്ശനം ചൊല്ലുന്നതുപോലെ കേട്ടു കൊണ്ട് അദ്ദേഹത്തെ ആശ്രയിച്ചിട്ടും സ്വരാജ്യത്തെ രക്ഷിക്കണം. അതാണു കടമ. കുട്ടികളും വയസ്സന്മാരും പെണ്ണുങ്ങളും ദെണ്ണക്കാരും മുടന്തന്മാരും കുരുടന്മാരും ആയ പ്രജകൾക്ക് രാജാവല്ലാതെ മറ്റാരാണാശ്രയം. ഇതൊന്നും ഗൗനിക്കാതെ നാടുവിട്ടോടുന്ന നൃപൻ പിന്നൊരു ദിക്കിലും കൂടണയില്ല. നാട്ടിലെ പ്രജകൾക്കാവട്ടെ ബുദ്ധിമുട്ടി കൂട്ടിക്കൊണ്ടുവരുവാൻ ഉത്സാഹവും ഉണ്ടാവില്ല. വിശ്രുതരായ ഭൂപാലകരെ ആശ്രയിച്ചാൽ ഹാനി തെല്ലും വരാനില്ല. ഏതുപോലെയെന്നാൽ വൃഷഭധ്വജന്റെ ചെഞ്ചിടയിൽ മഹാഭാഗ്യത്തോടെ വാഴുന്ന ഗംഗയും സാദരം സാഗരത്തിൽ സംഗമിക്കുന്നില്ലേ; അതുപോലെ."

മൂന്നുമന്ത്രിമാരുടേയും അഭിപ്രായംകേട്ട് നാലാമനായ ആദീപകൻ പറഞ്ഞു:

"സാമദാനാദികൾ നമുക്കു പഥ്യമല്ല. നമുക്ക് രാത്രി കണ്ണുകാണില്ല എന്നറിയുന്ന ചണ്ഡരായ മൂങ്ങകൾ നമ്മുടെ കുലം മുഴുവനും കൊന്നു കൊലവിളിച്ചില്ലേ. ആവിധമുള്ള ദുർമ്മദന്മാരെ സേവിക്കുന്നത് ഉചിതമല്ല. പക്ഷിവർഗ്ഗമാണെങ്കിലും ആ അധമർക്ക് പകൽ കണ്ണുകാണില്ല. അത് എല്ലാവർക്കുമറിയാം. നമ്മളിൽ ശേഷിക്കുന്നവരൊക്കെ ചേർന്ന് പകലൊടുങ്ങുംമുമ്പ് മൂങ്ങക്കൂട്ടത്തെ കൊത്തിക്കൊല്ലണം. അതാണ് എനിക്കു പറയുവാനുള്ളത്."

ഈവിധം മന്ത്രിമാർ നാൽവർ പറഞ്ഞപ്പോൾ മേഘവർണൻ അർത്ഥ-നീതിശാസ്ത്രപടുവായ ചിരംജീവിയോട് അഭിപ്രായം ചോദിച്ചു.

ചിരംജീവി പറഞ്ഞു:

"അമാത്യരായ നാലുപേരും പറഞ്ഞത് നന്ന്. നാലുമാർഗവും ആലോചിക്കാം. അവരുപദേശിച്ചതിലധികം എനിക്കൊന്നും പറയുവാനില്ല. എങ്കിലും ഗുരുകാർന്നവന്മാർ പറഞ്ഞതിൻപടി ഞാൻ പറയാം. മഹാരാജാവു തിരുമനസ്സും മന്ത്രിമാരും ആദ്യം ധരിക്കേണ്ടത് ആദ്യം

പറയാം. മന്ത്രഗോപനത്തോളം മറ്റൊന്നും പ്രഥമവും പ്രധാനവുമല്ല. കുടം തകർന്നാൽ വെള്ളവും പോകുമല്ലോ. ഗൂഢമായ മന്ത്രം ചാർച്ച വേഴ്ചക്കാരെ അറിയിച്ചാൽ അവരുടെ വേഴ്ചക്കാരുമറിയും. ഒടുവിൽ രഹസ്യമന്ത്രം പരസ്യമാവും. അങ്ങാടിപ്പാട്ടാവും. കുടിലശത്രുസംഘം ബലപ്പെടുകയും ചെയ്യും. സന്ധി, വിഗ്രഹം, യാനം, ആസനം, ദ്വൈധീ ഭാവം, സംശ്രയം എന്നിങ്ങനെ നാലും രണ്ടും ആറ് മുഖ്യമായ മന്ത്ര ത്തിന് അഞ്ച് അംഗങ്ങളുണ്ടെന്നറിയാമല്ലോ. കാര്യം ആരംഭിക്കു വാനുള്ള ഉപായം പ്രഥമാംഗം അർത്ഥവും ആളും സ്വരൂപിക്കുന്നത് രണ്ടാമതംഗം. ദേശകാലങ്ങൾ വിചാരിക്കുന്നത് മൂന്നാമംഗം. നാശ ത്തിന്റെ പ്രതിക്രിയാചിന്തനം നാലാമത്തെ അംഗമാകുന്നു. അഞ്ചാ മത്തെ അംഗം കാര്യസാധ്യത്തിനുള്ള ഉദ്യോഗമാകുന്നു. ഈ വിധം കാര്യകാരണങ്ങൾ പറഞ്ഞുവെച്ചിട്ടുണ്ട്. സാമദാനഭേദദണ്ഡങ്ങൾ സാമ വായികന്മാർക്ക് മാത്രം സാധ്യമാകുന്നു. ഉത്സാഹശക്തി, പ്രഭുശക്തി, മന്ത്രിശക്തി എന്നീ മൂന്നും നമ്മുടെ മഹാപ്രഭു ധരിക്കുമാറാകണം. നീതിശാസ്ത്രപാഠങ്ങൾ ആവിധം അരുളുന്നത് മറക്കരുത്. യുദ്ധത്തിന് നമുക്ക് ഇപ്പോൾ ശക്തിയില്ല. അതിനുള്ള കാലവുമല്ല. പോരിനിറങ്ങി യില്ലെങ്കിൽ മൃത്യുനിശ്ചയം. ഇറങ്ങിയാലൊ ചിലപ്പോൾ രക്ഷപ്പെടാം എന്നുള്ള ദിക്കിൽ യുദ്ധംതന്നെ കരണീയം. ഇപ്പോൾ അത്തരം സന്ദർഭ മല്ലല്ലോ. നമ്മുടെ ശത്രുക്കളായ കൗശികന്മാർക്ക് ഇപ്പോൾ ബാല- വിദ്യ -സമ്പത്തുകൾ ഏറിയനേരമാകുന്നു. അതിനാൽ കൊള്ളിയെപ്പോലെ അനങ്ങാതെ ഇരിക്കണം. സമയം വരുമ്പോൾ സിംഹത്തെപ്പോലെ ശത്രുസംഹാരം ചെയ്യുകയും വേണം. ശത്രുപക്ഷത്ത് വർദ്ധനവും നമ്മുടെ പക്ഷത്ത് ക്ഷീണവും കാണുന്നതോർക്കാതെ യുദ്ധത്തിനു പുറപ്പെട്ടാൽ ഊർദ്ധ്വമാവും. അകലെയെങ്കിലും ശത്രുക്കളുടെ ഗൗരവം അസ്തമിപ്പിക്കുന്നവനാണ് ഉൽകൃഷ്ടരാജൻ. നികൃഷ്ടനായുള്ളവന് അടുത്തുള്ള ശത്രുവിനെപ്പോലും ജയിക്കുവാനെളുതല്ല. ദൂരെ ദൂരെ ഉദിച്ചുയരുന്ന സൂര്യഭഗവാന് ഭൂമിയിലെ ഇരുട്ടൊക്കെ നീക്കുവാനാ കുന്നു. ചെറിയ വിളക്കുകത്തിച്ചാൽ അടുത്തുള്ളതുകൂടി നിഴലിൽപെ ടുന്നു. ശത്രുക്കളുടെ ശക്തി വർദ്ധിക്കുന്നനേരത്ത് ബുദ്ധിമാന്മാർ ക്ഷയി ച്ചിരിക്കുകയേ ചെയ്യൂ. ശത്രുവിന് ക്ഷീണം കാണുമ്പോൾ സ്വമിത്രസ മ്പത്തും കൂട്ടി ചെന്നെതിർക്കണം. അതാണ് യുദ്ധശാസ്ത്രം. അതാണ് തന്ത്രം. ഭൂപാലന്മാർക്ക് ചാരന്മാർ കണ്ണാകുന്നു. മന്ത്രം ദൂതന്മാർ മുഖം. മന്ത്രമാണ് ചട്ടം. ബുദ്ധി അസ്ത്രവും. മന്ത്രിമാർ അകമ്പടി കൂട്ടുവാനെ ഉതകൂ. ഫണം വിടർത്തി ഊക്കിൽ ചീറ്റുന്ന സർപ്പത്തെ സ്തംഭിപ്പി ക്കുന്നതാണ് മന്ത്രം. ആ മന്ത്രം അങ്ങാടിപ്പാട്ടായാൽ നിലനിൽപ്പു

തന്നെ അസാധ്യമായി വരും. സ്വായത്തസിദ്ധി, സചിവായത്തസിദ്ധി എന്നിങ്ങനെ രണ്ടുവിധമാണ് നേതൃസ്ഥാനവും രാജസ്ഥാനവും. സ്വശക്തിയാൽ നേടുന്നത് സ്വായത്തം. മന്ത്രിമാരുടെ തന്ത്രത്താൽ സാധിക്കുന്നത് സചിവായത്തം. താനും സചിവനും ചേർന്നു നേടുന്നത് മൂന്നാമനായി വരും. എങ്കിലും തന്റെ ചൊൽപ്പടിക്കു നിൽക്കുന്ന മന്ത്രിമാരാണെങ്കിൽ ഈ മൂന്നാംവിധത്തിലുള്ള നൃപനാണ് ഉത്തമൻ. അല്ലെന്നാലോ പരാജിതനും അധമനുമാകും. മന്ത്രഗുപ്തി നമുക്കു കുറവാണ്. മന്ത്രിമാർക്ക് മന്ത്രകൗശലവും നാസ്തി. വിദ്യയും വിത്തവും കുറവ്. സംഖ്യാബലവും നന്നെ കുറഞ്ഞിരിക്കുന്നു എന്നറിയണം. എനിയിപ്പോൾ യുദ്ധസന്നാഹത്തിനും ധനമേറെ വേണം. സന്ധിയും ഇനി സാധിക്കുവാനെളുപ്പമല്ല. പരസ്പരമത്സരം വർദ്ധിച്ചേ വരികയാണല്ലോ. അന്ധരായ മൂങ്ങകൾ ഇപ്പോൾ അശാന്തരാകുന്നു. സന്ധിസംസാരവും നടക്കില്ല. നമുക്ക് അന്തിക്കുമുമ്പേ മാത്രമേ നേരമുള്ളൂ. അന്തികറുത്താൽ നാം അന്ധരാണല്ലോ. രാത്രി കുരുടർ. അവർക്കാണെങ്കിൽ പകൽ കാഴ്ചയില്ല. പിന്നെ എപ്പോൾ സന്ധിസംഭാഷണം നടക്കും. എപ്പോൾ സാധിക്കും."

ചിരംജീവിയുടെ വാക്കുകൾകേട്ട് മേഘവർണ്ണൻ പറഞ്ഞു:

"സചിവമുഖ്യാ, ചിരംജീവീ, പറയൂ. എന്താണ് കാകജാതിയും ഉലൂകങ്ങളും തമ്മിൽ ദേവാസുരരെന്നപോലെ ഇങ്ങനെ സ്ഥായിയായ വൈരത്തിനു കാരണം. അതു പറയൂ. നമ്മുടെ മന്ത്രിമുഖ്യനായ അവിടേയ്ക്ക് ആ മൂലഹേതു അറിയാമല്ലോ."

കാകലോകപ്രഭുവായ മേഘവർണവചനം കേട്ട് ചിരംജീവി ചെറുമന്ദഹാസത്തോടെ പറഞ്ഞു:

"പക്ഷിക്കൂട്ടമെങ്കിലും നമ്മൾ മന്ദഭാഗ്യരാണ്. പണ്ട് വ്യാഘ്രചർമ്മം പുതച്ച് വേനലപ്പിടി സുഖമായി നടക്കുമ്പോൾ വാക്ദോഷംകൊണ്ട് ഒരു കഴുതയ്ക്ക് നാശംവന്നതായി കേട്ടിട്ടില്ലെ - അത്."

"മേഘവർണ്ണനുമതുകേൾക്കണമെന്നു ചൊന്നാൽ
കാകമന്ത്രീശൻ ചിരംജീവിയുമുര ചെയ്തു."

വാക്ദോഷംകൊണ്ട് നാശം വന്നത്

പണ്ടുകാലത്തൊരു വെളുത്തേടന്റെ വിഴുപ്പുഭാണ്ഡം ഭേസുന്ന ഒരു കഴുതയുണ്ടായിരുന്നു. വിഴുപ്പേറ്റി തളർന്നുവന്ന കഴുത തൊട്ടടുത്തുള്ള പുഞ്ചക്കണ്ടത്തിൽ ചെന്ന് പഞ്ചതിന്നു തുടങ്ങും. അതു കണ്ടവർ കല്ലെറിഞ്ഞ് ഓടിച്ചാലും വീണ്ടും വന്ന് വിള നശിപ്പിക്കും. തന്റെ കഴുത

വേണ്ടത്ര ഭക്ഷണം കിട്ടാതെ ക്ഷീണിക്കുന്നത് രജകനറിഞ്ഞു. അതിന് പഴംതുണി പേറാനും കൂടി ശക്തിയില്ലാതായി. കഴുതയ്ക്ക് ഇഷ്ടപ്പടി തിന്നു നടക്കുവാനെന്തു വേണ്ടൂ എന്നാലോചിച്ച് വെളുത്തേടൻ ഒരു സൂത്രമൊപ്പിച്ചു. ഒരു മുഴുത്ത പുലിത്തോലുകൊണ്ട് കഴുതയെ ആകെ പുതപ്പിച്ചുമൂടി കഴുതയെ പഞ്ച തിന്നാനായി വിട്ടു. പുത്തരിക്കണ്ടത്തിൽ ചാടി വിള നശിപ്പിക്കുന്ന ജീവിയെ തല്ലിയോടിക്കാനായി കാവൽക്കാരൻ വന്നപ്പോൾ കൂറ്റൻ പുലിയൊന്നിനെ കണ്ട് ഭയന്നു പിന്മാറി. കഴുതയ്ക്കു ബഹുസുഖം. ശല്യമില്ലാതെ കണ്ടതൊക്കെ തിന്നു നടക്കാം. അങ്ങനെ ഒരുപക്ഷം കഴിഞ്ഞു. വിളതിന്നു നശിപ്പിക്കുന്ന നാൽകാലിയെ പിടിക്കുവാൻ കാവൽക്കാരൻ ചിത്രകംബളംകൊണ്ട് ആകെ മൂടിപ്പുതച്ച് വില്ലും അമ്പുമെടുത്ത് കാവലിരുന്നു. വ്യാഘ്രം വിള തിന്നില്ല. എന്നാലും അതിനേയും ഓടിക്കണമല്ലോ. പുലിത്തോലുപുതച്ച വെളുത്തേടന്റെ കഴുത കാവൽക്കാരന്റെ പ്രച്ഛന്നവേഷം കണ്ടു. ചിത്രകംബളം കണ്ട് കഴുതപ്പെണ്ണാണെന്നു കരുതി കാമം കരഞ്ഞുതീർത്തു. കഴുതയുടെ വികൃതശബ്ദംകേട്ട് കാവൽക്കാരന് കാര്യം പിടികിട്ടി. അയാൾ അമ്പ് തൊടുത്തുവിട്ടു. രജകന്റെ ഗർദ്ദഭം മർമ്മം പിളർന്ന് ചത്തുവീണു. ഇവിടെ ശബ്ദഘോഷമാണല്ലോ ആപത്തായിത്തീർന്നത്. അതാണ് പറഞ്ഞുവരുന്നത്. കാക കൗശീകന്മാർക്ക് വാഗ്ദോഷംകൊണ്ടാണ് വൈരമുണ്ടായത്. എങ്ങനെയെന്നാൽ ആ പോയ കാലങ്ങളിൽ പക്ഷിജാതികളൊക്കെ ചേർന്ന് തങ്ങളുടെ രക്ഷാധികാരിയായി ഒരു വിഹഗശ്രേഷ്ഠനെ വാഴിക്കുവാനുറച്ചു. കൂട്ടചർച്ചകൾക്കുശേഷം ഉലൂകജാതിയെ സംരക്ഷനായി തെരഞ്ഞെടുത്തു. ഉലൂക പട്ടാഭിഷേകത്തിന് സംഭാരം കൂട്ടി. ഉത്തമസചിവനായി നിശ്ചയിച്ച ചകോരം കലശപൂജ ചെയ്തു. ആ മുഹൂർത്തത്തിൽ വൃദ്ധനാമൊരു വായസം വന്ന് വിശേഷമെന്തെന്നു തിരക്കി. ഉലൂക കിരീടധാരണവാർത്തയറിഞ്ഞ് കാക്ക പറഞ്ഞു: "മൽകുടുംബാംഗങ്ങളാകും ദ്വിജജാതികൾ കേട്ടാലും. ഈ തീർപ്പ് നന്നായില്ല. ഉലൂകങ്ങൾക്ക് വംശശുദ്ധിയില്ല. അതുകൊണ്ട് അവറ്റയ്ക്ക് രാജാധികാരം കൊടുത്താൽ കാര്യം പന്തിയാവില്ല. ഈ മൂങ്ങകൾ പകൽ അന്ധരാകുന്നു. പരമ്പരാ ബന്ധുവുമല്ല. സദാചാരതത്പരരുമല്ല. പകൽ മുഴുവൻ ഈർഷ്യകൊണ്ട് മുഖം വീർപ്പിച്ച് പർവ്വതഗുഹകളിൽ ഒളിച്ചിരിക്കുന്നവയാണ് ഇവറ്റ. രാത്രിഭക്ഷണം തെണ്ടി നടക്കുന്ന നീചവർഗ്ഗം. ഇവറ്റ രാജാവായാൽ പകൽനേരം എന്തു ഭരണമാണു നടത്തുക. ഏതു കുലത്തിലാണോ ഒരുത്കൃഷ്ടവിശ്രുതനുള്ളത് ആ കുലമേ ശ്രേഷ്ഠമാകൂ. താരാനാഥബന്ധുവായി ഒരു മുയൽ

ഉണ്ടാകയാൽ മറ്റൊരു മുയൽ ആനയെത്തന്നെ ജയിച്ചു. അതാണ് വംശമാഹാത്മ്യം. അതാണ് കുലശൗരം. അതാണ് തറവാടിത്തശക്തി!"

"അതെങ്ങനെയാണ് കുളുർമതിയുടെ സേവകനായ ശശപ്രൗഢന്റെ കുലത്തിൽ പിറന്ന സാധാരണ മുയൽ ഗജരാജനെ ജയിച്ചത്. പറയൂ" എന്നായി പക്ഷിക്കൂട്ടം.

"എങ്കിലോ കേൾക്കെന്നുരചെയ്തുകാകാധീശൻ"

അക്കാലം പന്തീരാണ്ടും പിന്നേയും രണ്ടുവർഷം മഴ പെയ്യാതെ ഭൂമി വരണ്ടുണങ്ങി. ജീവജാലങ്ങൾ ദാഹിച്ചുപൊരിഞ്ഞു. ഭക്ഷണം ജലം മുഖ്യമായ ഗജയൂഥങ്ങൾ ദാഹിച്ച് വലഞ്ഞു. ഒടുവിൽ ആനക്കൂട്ടം ഗജരാജനെ കണ്ട് സങ്കടമുണർത്തിച്ചു.

"ഗജരാജ! അവിടുന്ന് ഞങ്ങളെ രക്ഷിക്കണം. കാട്ടിലെ നീർച്ചാലും തോടും ചെറുതടാകങ്ങളും വറ്റി. സർവജാതി ജന്തുക്കളും അരപ്രാണനായി. ജലം തന്നെ മുഖ്യാശനമായ ആനകളുടെ കാര്യം പറയുകയും വേണ്ട. അവിടേക്കറിയാമല്ലോ വെള്ളമാണ് നമ്മൾ, മാതംഗങ്ങൾക്കു ബലം. അതാണ് ആയുസ്സ്, അതുകൊണ്ട് എവിടെയാണ് ജലസമൃദ്ധി എന്ന് അവിടുന്ന് അന്വേഷിച്ചറിയണം. തോയപാനത്തിന് ക്ലേശമില്ലാത്ത ജലസംഭരണി കണ്ടെത്തി സംരക്ഷിക്കണം. സ്വാമി! കൽപ്പിച്ച് രക്ഷിക്കണം."

അതുകേട്ട് ആനത്തലവൻ നാനാദിക്കിലേക്കും ദൂതന്മാരെ അയച്ചു. അവരിലൊരുവൻ ജലസമൃദ്ധിയുള്ള ഇടം കണ്ടെത്തി. ആ ദൂതൻ ഗജരാജനോട് പറഞ്ഞു. "അങ്ങകലെ ചന്ദ്രികസാഗരമെന്ന ഒരു തടാകമുണ്ട്. ആറ് ഋതുവിലും വറ്റാത്ത സാന്ദ്രശീതളജലം നിറഞ്ഞതാണ് ആ സരസ്സ്. നമുക്ക് അവിടേക്കു പോകാം."

സന്തോഷവാർത്ത കേട്ട് ആനത്തലവനും കൂട്ടവും മറ്റ് ജീവജന്തുക്കളും ചന്ദ്രികാസാരമെന്ന സരസ്സിലേക്കു പുറപ്പെട്ടു. അവിടെ തടാകതീരത്ത് സൗമ്യശീലരായ അനവധി മുയൽക്കൂട്ടങ്ങൾ ജീവിക്കുന്നുണ്ടായിരുന്നു. ഗജയൂഥങ്ങളുടെ കാൽച്ചുവട്ടിൽപെട്ട് പാവം മുയലുകൾ ചതഞ്ഞ് ചാവാൻ തുടങ്ങി. തന്റെ പ്രജകളുടെ ദുർവിധി കണ്ട് ദുഃഖിച്ച മുയൽക്കൂട്ടങ്ങളുടെ നാഥൻ ശിലീമുഖൻ കാര്യക്കാരെ വിളിച്ചുവരുത്തി വിചാരിച്ചു. "നമ്മുടെ തടാകത്തിൽ ആനക്കൂട്ടമിറങ്ങി സഹജീവികളെ ചവിട്ടിക്കൊല്ലുന്നതറിഞ്ഞില്ലേ. ഇതൊഴിവാക്കുവാൻ എന്താണൊരു മാർഗ്ഗം! പറയൂ. നന്നായി ചിന്തിച്ച് മാർഗ്ഗം കാണൂ."

ശിലീമുഖന്റെ കല്പന കേട്ട് വിജയൻ എന്ന അമാത്യൻ പറഞ്ഞു: "മഹാപ്രഭോ, ഗജരാജനെക്കൊണ്ടുതന്നെ ഞാൻ ആനക്കൂട്ടത്തെ

ഒഴിവാക്കുവാനുള്ള വഴിയുണ്ടാക്കാം. ചന്ദ്രികാസാരത്തിൽ വന്നിറങ്ങും മുമ്പുതന്നെ ഞാൻ ആനക്കൂട്ടത്തെ തടഞ്ഞുനിർത്താം. അതുകേട്ട് ശശമുഖ്യൻ പറഞ്ഞു. വിജയാ, ഭവാൻ എട്ടുദിക്കും പുകൾപെറ്റ മഹാനാണ്. നേരം കളയാതെ അവിടുന്ന് നേരെ ആനത്തലവനെ കണ്ട് കരീന്ദ്രരെ തിരിച്ചയയ്ക്കുക. അങ്ങനെത്തന്നെയെന്നുരചെയ്ത് വിജയനെന്ന മുയൽ നേരെ കരിമുഖ്യന്റെ സമീപമെത്തി ആത്മഗതം ചെയ്തു. ചെറുപ്രാണികൾക്ക് ആനയോടടുത്താൽ നാശം ഭവിക്കും. സർപ്പവും ആ വിധമാകുന്നു. ഘ്രാണിക്കുംപോലെ വന്ന് ദംശിക്കും. ബലന്മാരും ആദ്യംതന്നെ വഞ്ചിക്കും. ഭൂപാലന്മാർ പുഞ്ചിരിച്ചുകൊണ്ട് ആളെ കൊല്ലും. വമ്പൻ കൊമ്പന്റെ മുമ്പിലും പിമ്പിലും ഇടംവലവും ചേർന്നുനില്ക്കരുത്. മദയാന തന്റെ പാട്ടിലായി എന്നു തോന്നി അടുത്താൽ നാശമാണ് ഫലം. അതുകൊണ്ട് ഞാൻ നേരെ മുമ്പിൽ ചെന്നുപെടാതെ ഈ കുന്നിൻമുകളിലേറി മാതംഗവീരനോടു സംസാരിക്കാം." ഈ വിധം സ്വയം പറഞ്ഞുറച്ച് പ്രതിഭാധനനായ വിജയൻ ഗിരിമുകളിലേറി ഇത്ഥം കഥിച്ചു.

"ഭോ ഭോ! നാഗരാജ! അവിടേക്കും അവിടത്തെ സചിവർക്കും സ്വാഗതം. സുഖവും സന്തോഷാനുഭവങ്ങളും ഭവിക്കുന്നില്ലേ. രോഗം, കാര്യക്ഷയം ഇത്യാദിദുഃഖങ്ങളില്ലാതെ കാനനം തന്നിൽ കഴിയുന്നില്ലേ." ശശമുഖ്യവിജയവാക്യം കേട്ട് ആനയും ആനക്കൂട്ടവും ആശ്ചര്യപ്പെട്ടു. ശബ്ദത്തിന്റെ ഉൽപ്പത്തിയന്വേഷിച്ച് നാലുപാടും മേലുകീഴും നോക്കി. അപ്പോൾ മഹാമതി വിജയൻ തുടർന്നു:

"ഹേ കരിമുഖ്യാ! താരകാധിപനായ ശശാങ്കന്റെ ചാരന്മാരിൽ ഒരുവനാണ് ഞാൻ. നാമം വിജയൻ. ഞങ്ങളുടെ ജാതിയിൽ ശ്രേഷ്ഠനായ ഒരാൾ കുളൂർമതിയെ സേവിച്ചുകൂടുന്നതായറിയാമല്ലോ. അതാണല്ലോ താരകാനാഥന് ശശാങ്കൻ എന്ന അലങ്കാരപ്പേര് സിദ്ധിക്കുവാൻ കാരണം. ആ രജനീകാന്തനാണ് ഭൂമിയിൽ ഞങ്ങൾക്കായി ചന്ദ്രകാസാരം എന്ന തടാകം സൃഷ്ടിച്ചത്. ആ ശുദ്ധജലതടാകം സൂക്ഷിക്കുവാൻ നിശാകരൻ എന്നെയാണ് ഏല്പിച്ചത്. ഈ സരസ്സിൽ ആനക്കൂട്ടമിറങ്ങിയാൽ ജലം കലങ്ങും. അതു പറയുവാനാണ് എന്റെ പ്രഭു എന്നെ ഏൽപ്പിച്ചത്. അവിടന്ന് സ്വജനത്തിന് കുളുർമതിയാണ്. ശീതളകരനാണ്. എന്നാൽ ശത്രുക്കൾക്ക് തപനനുമാകുന്നു. ശീതളൻ തപനനുമാകും. ആമ്പലുകൾക്ക് കാന്തി നൽകുന്ന കലാനാഥൻ അംഭോജത്തെ കുണ്ഠിതപ്പെടുത്തുന്നില്ലേ."

വിജയന്റെ ഭാഷണങ്ങൾ കേട്ടു ഭയന്ന ആനത്തലവൻ സ്വജനങ്ങളെ മുഴുവൻ പിരിച്ചയച്ചു. പിന്നെ വിജയനോട് യാത്രാവചനം

ചൊല്ലി തിരിച്ചുനടന്നു. അതാണ് പറഞ്ഞത് സൽക്കുലജാതരെ നന്നാവൂ. ക്ഷുദ്രനെ വിശ്വസിച്ചവർക്ക് ജീവിതഭദ്രത നഷ്ടമാകും.

"പണ്ടൊരു കപീഞ്ജലപ്പക്ഷിയും ശശകവും
രണ്ടുപേർ മരിച്ചുപോൽ ക്ഷുദ്രവിശ്വാസംമൂലം."

പക്ഷിയും ശശകനും അന്തികേചെന്നനേരം

ആയതെങ്ങനെയെന്നു പക്ഷികൾ ചോദ്യം ചെയ്തു.

ഉത്തരമായി വായസം പറഞ്ഞു.

കാലങ്ങൾക്കു മുമ്പ് കാട്ടിൽ ഒരു മരക്കൊമ്പിൽ കൂടുംകൂട്ടി ഞാൻ സന്തോഷത്തോടെ ജീവിക്കുന്ന കാലം. മരപ്പൊത്തിൽ കപിഞ്ജലപ്പക്ഷിയും കൂടുണ്ടാക്കി വാസമുറപ്പിച്ചു. കപിഞ്ജലം നമ്മുടെ ഭാഷയിൽ ചകോരം തന്നെ. തിത്തിരിയെന്നും പറയും. തൊട്ടടുത്തു താമസിക്കയാൽ ആ തിത്തിരിയും ഞാനും ലോഹ്യത്തിലായി. ആയിടയ്ക്ക് ഒരുനാൾ നമ്മുടെ ചകോരം സന്ധ്യയായിട്ടും കൂടണഞ്ഞില്ല. കൂട്ടാളിയെ കാണാഞ്ഞ് ദുഃഖിച്ച് ഇരവു മുഴുവനും ഞാൻ കഴിച്ചുകൂട്ടി. പുലർന്നിട്ടും കപിഞ്ജല = പക്ഷി കൂടണഞ്ഞില്ല. പിറ്റേന്ന് ദീർകണ്ണനെന്നൊരു മുയൽ എവിടെ നിന്നോ വന്ന് ആ മരപ്പൊത്തിൽ താമസമാക്കി. അപ്പോൾ ഞാൻ ആ മുയലിനെ ഉപദേശിച്ചു. "എന്റെ സുഹൃത്തായ തിത്തിരിയുടെ വാസസ്ഥലമാണത്. ആ സ്നേഹശീലനില്ലാത്തപ്പോൾ നീ വന്ന് താമസമാക്കിയതു നന്നായില്ല." ഞാൻ ഏറെപ്പറഞ്ഞുവെങ്കിലും ദീർഘകർണ്ണൻ അത് ചെവികൊണ്ടില്ല. നാലഞ്ചു ദിവസം കഴിഞ്ഞപ്പോൾ കപിഞ്ജലൻ തിരിച്ചെത്തി. വന്നപ്പോൾ തന്റെ വാസസ്ഥലം കയ്യേറിയ ദീർഘകർണ്ണനെ കണ്ട് ചൊടിച്ചുപറഞ്ഞു: "ഹേ മൂഢ! നീ ദൂരെപ്പോ." ഇത് എന്റെ വാസസ്ഥലമാകുന്നു. പക്ഷേ, ദീർഘകർണ്ണൻ തറുതല പറയുകയാണുണ്ടായത്. "ഹേ പക്ഷീ! ഇത്തരം ഇടങ്ങളിൽ ഒരാൾക്കും കുടികിടപ്പവകാശമില്ല. വാപികൾ, തടാകങ്ങൾ, കൂപങ്ങൾ, വൃക്ഷങ്ങളും ആരാദ്യം വരുന്നുവൊ അവരുടെ പാർപ്പിടമാകുന്നു. എല്ലാവർക്കും തുല്യാവകാശമാകുന്നു. ഇത് എന്റേതാകുന്നു - മനുസ്മൃതി - എന്നു പറയുവാൻ ഒരാൾക്കും ഉടമസ്ഥാവകാശമില്ല എന്ന് മനുമാനവൻ പറഞ്ഞിട്ടുണ്ട്. മനുഷ്യർക്കും മറ്റു ജീവികൾക്കും മനുസ്മൃതിതന്നെയാണ് പ്രമാണം. ഏതായാലും മധ്യസ്ഥന്മാരായി നാലു മഹാജനം ഒരു തീർപ്പുകല്പിച്ചാൽ ഞാനതു കേൾക്കാം. എനിക്കീ വൃക്ഷത്തിൽ അവകാശമില്ലെന്നു വിധിച്ചാൽ ഞാനുടനെ ഇവിടം വിടാം. സ്ഥലം കാലിയാക്കാം. അതിനായി നമുക്ക്

ഒരു ന്യായസ്ഥനെ സമീപിക്കാം." ഈ വാക്ക് തിത്തിരപ്പക്ഷിയും അംഗീകരിച്ചു. അതിൽ വണ്ണം ദീർഘകർണ്ണനും കപിഞ്ജലനും പുറപ്പെട്ടു. മഹാമതിമാരുടെ തീർപ്പുകേൾക്കുവാനായി ഞാനും കൂടെ കൂടി. ആരാണ് മധ്യസ്ഥനും ന്യായാധിപനുമാകേണ്ടത് എന്ന് ചകോരം ചോദിച്ചപ്പോൾ ദീർഘകർണ്ണൻ മൊഴിഞ്ഞു. "ഒരു മാർജാരകൻ ഉണ്ട്. യമുനാതടത്തിൽ തപസ്സു ചെയ്തിരിക്കുകയാണ്. മഹാമുനിമാർക്കൊപ്പം മുനിയെപ്പോലെ." അപ്പോൾ കപിഞ്ജലന് ശങ്കയായി. ചെറുപക്ഷി ചോദിച്ചു. "ഈ പൂച്ചമാമുനി കാര്യങ്ങൾ കേട്ട് യുക്തിയുക്തം ന്യായവിധി കല്പിക്കുമോ. പൂച്ചകൾ വ്യാജന്മാരാണെന്നു കേൾക്കുന്നു. ഈ വിദ്വാനെ വിശ്വസിക്കാമോ." ദീർഘർണ്ണൻ പറഞ്ഞു:

"ഹേ തിത്തിരീ! ഈ പൂച്ചശ്രേഷ്ഠനാകുന്നു. കളവും വഞ്ചനയും ഇല്ലാത്തവൻ. അതുകൊണ്ട് വിശ്വസിക്കാം." ഇങ്ങനെ പറഞ്ഞ് ഇരുവരും യമുനാതീരത്തുചെന്നു. ദധികർണ്ണനെന്ന ധൂർത്ത മാർജാരകനെ കണ്ടുവണങ്ങി. ധ്യാനത്തിലമർന്ന പൂച്ചസന്യാസി മെല്ലെ മിഴിതുറന്നു. തന്റെ മുമ്പിലെത്തിയ തിത്തിരിയെയും ശശകുമാരനെയും നോക്കി പറഞ്ഞു. "കുഞ്ഞുങ്ങളെ! എനിക്ക് ചെവി പതുക്കെയായി. അതിനാൽ അടുത്തുവരൂ. വിഷയം കാതിൽ മന്ത്രിക്കൂ. കാര്യം ഗ്രഹിച്ച് നന്നായി ചിന്തിച്ചല്ലാതെ ഞാനൊന്നും പറയുകയില്ല. ധർമ്മത്തെ ദ്വേഷിച്ചാൽ ധർമ്മവും ദ്വേഷിക്കും. ധർമ്മത്തെ രക്ഷിച്ചാൽ ധർമ്മവും രക്ഷിക്കും. ധർമ്മത്തെ വഴിപോലെ സേവിക്കുന്നവരെ ഈശ്വരനെപ്പോലെ ധർമ്മവും പാലനം ചെയ്യും. ബന്ധുമിത്രാദികളൊക്കെ ശരീരം നിലനിൽക്കുന്ന കാലം മാത്രമേ തുണയായിവരൂ. എന്നാൽ ധർമ്മം ദേഹവിയോഗത്തിനുശേഷവും ഒപ്പം ഉണ്ടാകും. പ്രാണിഹിംസയോളം അധർമ്മം മറ്റൊന്നില്ല. പ്രാണിരക്ഷണത്തോളം പവിത്രമായ ധർമ്മവുമില്ല. പരസ്ത്രീയെ സ്വമാതാവായി കാണണം. പരദ്രവ്യമാകട്ടെ പൊട്ടിയ മാറോടിൻതുണ്ടും കണക്കെ കരുതണം. അവനവനെപ്പോലെ മറ്റുള്ളവരെയും കാണുന്നവനാണ് പൂമാൻ." ഈവിധം ധർമ്മഭാഷണം ചെയ്ത മാർജ്ജാരകൻ ധാർമ്മികനെന്നുറച്ച് ശശകനും തിത്തിരിയും പൂച്ചസന്ന്യാസിയുടെ അടുത്തുചെന്നു. അന്നേരം മാർജ്ജാരമഹാപാപി അവരെപ്പിടിച്ച് കൊന്നുതിന്ന് വീണ്ടും ധ്യാനം തുടർന്നു. "കൂട്ടരെ! ഇതൊക്കെ കണ്ട് ശിവശിവ ജപിച്ച് ഞാനും പോന്നു. അതാണ് പറഞ്ഞത് ക്ഷുദ്രനായ മൂങ്ങയെ മന്നവനാക്കിയാൽ ഭദ്രമാവില്ല." കാക്കമൂപ്പന്റെ വാക്കുകൾ മറ്റു പക്ഷികൾ സമ്മതിച്ചു. മൂങ്ങാഭിഷേകത്തിനു സമ്മതമല്ലെന്നു പറഞ്ഞു. അതുകൊണ്ട് കിരീടധാരണസംഭാരങ്ങൾ തിരിച്ചുകൊണ്ടുപോകാം. പറവകളൊക്കെ പറഞ്ഞു. മൂങ്ങകളും പോയാട്ടെ.

അപമാനിതരായ മൂങ്ങകൾ ചൊടിച്ചു. “ഹേ കാക്കമൂപ്പാ! ഞങ്ങൾ നിന്നോടെന്തു തെറ്റു ചെയ്തു. എല്ലാ പക്ഷികളും കൂടി ചിന്തിച്ചുരച്ച കാര്യം മുടക്കുവാനെന്തേ ഹേതു. ഹേ വായസ. അമ്പുകൊണ്ടുള്ള വ്രണം നികത്തീടും. കൊമ്പു കണ്ടിച്ചാലും വൃക്ഷം കിളിർത്തുവരും. കാട്ടുതീയിൽ വെന്താലും വനം തളിർക്കും. കേട്ടുകൂടാത്ത വാക്ക് പ്രയോഗിച്ചുണ്ടാകുന്ന പുണ്ണ് ശമിക്കുകയില്ല. കാലം ചെന്നാലും ഉള്ളുണങ്ങില്ല. പഴുക്കും.” ഇത്രയും ചൊടിച്ചുപറഞ്ഞ് മൂങ്ങമൂപ്പൻ പോയിമറഞ്ഞു.

“അന്നു മുതലുണ്ടായതാണ് കാകോലൂകവൈരം. അതു ശമിക്കുകയില്ല.” ഈ കഥ പറഞ്ഞ് ചിരംജീവി തൊഴുതുനിന്നു. അതുകേട്ട് മേഘവർണൻ അരുളി.

“കാകശ്രേഷ്ഠനായ മഹാമന്ത്രീ! ഇപ്പോൾ ആകുലരായ കാക്കകൾക്ക് ജയം നേടിക്കൊടുക്കുന്ന ഒരുപായം പകലൊടുങ്ങുംമുമ്പ് കണ്ടെത്തണം.”

ചിരംജീവി പറഞ്ഞു. “സന്ധിവിഗ്രഹം രണ്ടും യുക്തമല്ലെങ്കിൽ പിന്നെയും നയം നാലുണ്ട്. യാനം ബലവാന്മാർക്ക് വൃഥാഫലമാകുന്നു. ആസനം തന്നുടെ നാശമത്രെ. ആശ്രയിച്ചിട്ടുവേണം വൈരിഷ്ട ദ്വൈതീഭാവം. ആശ്രയംതന്നെ മുന്നെചെയ്കയെന്നെൻപക്ഷം. ജീവൻ ത്യജിച്ചും ആശ്രയംകൊണ്ട് ഞാൻ കാര്യത്തെ സാധിക്കുന്നുണ്ട്. കടും വഞ്ചനപ്രവീണരായ മൂങ്ങകളെ ആശ്രയിക്കുവാനും വിഷമമുണ്ട്. പണ്ട് ഇഷ്ടിക്കായി കൊണ്ടുവന്ന ആടിനെ ദുഷ്ടന്മാർ പട്ടിയാക്കിയില്ലെ.”

“എങ്ങനെയതെന്നു ചോദിച്ചിതുമേഘവർണൻ
സംഗതി പറഞ്ഞീടാമെന്നങ്ങു ചിരംജീവി.”

ചെണ്ടകൊട്ടിച്ചു നമ്മെ കഷ്ടം അങ്ങടിക്കാരൻ

“നാട്ടിലെപ്പുഷ്ടിക്കിഷ്ടി ചെയ്‌വതിന്നൊരു വിപ്രൻ
ആടിനെക്കൊണ്ടും കൊണ്ടുപോകുന്നു മാർഗം തന്നിൽ”

ദുഷ്ടന്മാരാം ഒരുകൂട്ടം നായന്മാരെകണ്ടു. അവരാകട്ടെ ശിഷ്ടനായ ദ്വിജനെ ചതിപ്പാനായി വട്ടംകൂട്ടി. തമ്മിൽ തമ്മിൽ പറഞ്ഞൊത്തുകളിക്കുവാനുറച്ചു. വഴിവക്കിൽ ഇടവിട്ടിടവിട്ട് അവരങ്ങനെ രണ്ടും നാലുമായി നിന്നു. ആടിനെയും തെളിച്ചുവരുന്ന വിപ്രനെകണ്ട് അവരിൽ ഒരുവൻ സമീപം ചെന്നു തൊഴുതുപറഞ്ഞു. “സ്വാമി! ബ്രാഹ്മണ! ഈ നായിനെകൊണ്ടെഴുന്നള്ളുന്നതെവിടേക്കാണാവോ.” ബ്രാഹ്മണൻ പ്രത്യുത്തരം പറയാതെ നടന്നു. അല്പം നടന്നപ്പോൾ മറ്റൊരു

ഭടനായരു വന്നു. അവനും തൊഴുതുചോദിച്ചു. സ്വാമി. "ബ്രാഹ്മണ! ഈ പട്ടിയെ കെട്ടിക്കൊണ്ടുപോകുന്നത് എവിടേയ്ക്കാണാവോ!" വിപ്രൻ അവനെ ശങ്കിച്ചു നോക്കി പറഞ്ഞു: "ഇതു പട്ടിയല്ല. ആടാകുന്നു. യാഗകർമ്മത്തിന് കൊണ്ടുപോകുന്നു." പോറ്റി അതും പറഞ്ഞ് വീണ്ടും നടന്നു. അപ്പോൾ മറ്റൊരു നായർ എതിരെ വന്നു. ബഹുമാനം നടിച്ചു ചോദിച്ചു. "ബ്രാഹ്മണനായ അവിടുന്ന് ഈ ശ്വാവിനേയും കൊണ്ടെഴുന്നള്ളുന്നതെവിടേയ്ക്കാവോ!" വിപ്രന് ശങ്കയായി. ഇങ്ങനെ മാർഗ്ഗേ മാർഗ്ഗേ വന്നവരെല്ലാം നായയെന്നു പറയുന്നത് എന്താണ്. കണ്ടവരൊക്കെ ശ്വാവ്, പട്ടി എന്നല്ലാതെ ഒന്നും പറയുന്നില്ല. കഷ്ടം! ചന്തപ്പുരയിൽവെച്ച് എന്നെ പൊരുത്തുകാർ ചെണ്ടകൊട്ടിച്ചു. ഒന്നുരണ്ടാളല്ല, കണ്ടവരൊക്കെ ഇങ്ങനെ പറയുമ്പോൾ വിശ്വസിക്കാതെന്തു ചെയ്യും. ഇങ്ങനെ വിചാരിച്ച് സ്വന്തം വിഡ്ഢിത്തത്തിനെ ശപിച്ച് ആടിനെ അഴിച്ചുവിട്ടു. കഷ്ടം പട്ടിയെ ആടെന്നു കരുതി ഞാൻ മേടിച്ചുവല്ലോ. പമ്പരവിഡ്ഢിയായ ഞാനിനി എന്തുചെയ്യും. ഈ തരം കുണ്ഠിതപ്പെട്ട് ദ്വിജോത്തമൻ ഇല്ലത്തെത്തി ദുഃഖിച്ചിരുന്നു. ആടിനെ പട്ടിയാക്കിയ ഭടനായജർ ഉടനെ അതിനെ കൊന്ന് തോലുരിച്ച് വച്ച് സാപ്പിട്ടു. "ഈ കഥയോർത്താണ് ഞാൻ പറഞ്ഞത് വൈരികൾ പലരും കൂടി ഒന്നിച്ചുനിക്കുമ്പോൾ ശത്രുനിര ഭേദിപ്പാൻ പ്രയാസമാകും. എന്നാലും ശത്രുക്കളെ ചതിച്ച് വിജയം പ്രാപിക്കാനായി ഞാനിതാ പോകുന്നു. എന്റെ സഹജരായ നിങ്ങളെല്ലാം ഋഷ്യശൃംഗാദിയിൽ ചെന്നു താമസിച്ചാലും. ഇപ്പോൾ യാത്രാനുവാദം നൽകിയാലും. സ്വസ്തി."

ഇങ്ങനെ കാര്യങ്ങൾ പറഞ്ഞു ധരിപ്പിച്ച് ശിരസ്സ് മുണ്ഡനം ചെയ്ത് മൂങ്ങകൾ കൊന്നിട്ട കാക്കകളുടെ ചോര മേലാകെ തർപ്പണം ചെയ്ത് വികൃതശരീരിയായി ചിരംജീവി കൗശികവാസസ്ഥലത്തെ പ്രാപിച്ചു. പകൽമാഞ്ഞ് ഇരുട്ടുപരന്നപ്പോൾ ശേഷിക്കുന്ന വൈരികളെ വധിക്കുവാനായി മൂങ്ങകൾ പുറപ്പെട്ടു. എന്നാൽ വടവൃക്ഷത്തിൽ ഒരൊറ്റ കാക്കയെയെങ്കിലും കാണാനാവാതെ മടങ്ങി ആലിൻകൊമ്പിലിരിപ്പായി. അവിടെ മുമ്പേ വന്നുകൂടിയ ചിരംജീവി മൂങ്ങകളെ ആകർഷിക്കുവാനായി വികൃതശബ്ദമുണ്ടാക്കി. ചിരംജീവിയുടെ ശബ്ദംകേട്ട് അടുത്തുചെന്ന മൂങ്ങകൾ അതിനെപ്പിടിച്ച് തങ്ങളുടെ നേതാവായ അമർദ്ദനന്റെ കാൽക്കൽ വച്ചുവണങ്ങി. ചിരംജീവിയെ കണ്ട് നീയാരാണെന്ന് കല്പിച്ചു ചോദിച്ചു. ധീരനായ ചിരംജീവി ഉറച്ച ശബ്ദത്തിൽ പറഞ്ഞു: "പ്രഭോ, കാകലോകാധീശനായ മേഘവർണന്റെ മന്ത്രസത്തമനായ ചിരംജീവിയാണു ഞാൻ." അതുകേട്ട് ഉലൂകരാജൻ ചോദിച്ചു: "എങ്കിൽ നീ ഇത്ര ആകുലപ്പെട്ട് ഇവിടെ വന്നെത്തുവാനെന്തുണ്ടായി." "പ്രഭോ!" ചിരംജീവി പറഞ്ഞു. അവിടത്തെ പ്രഭുത്വവും

ശൗര്യാദിഗുണങ്ങളും കാരുണ്യാദിയും മേഘവർണന്റെ മന്ത്രശാലയിൽ ഞാൻ വിസ്തരിച്ചുവർണിച്ചു. അതുകേട്ട് ഞങ്ങടെ രാജാവും മന്ത്രിമാരും ശുണ്ഠി കടിച്ച് ഞാൻ ശത്രുപക്ഷക്കാരനാണെന്നും ശിരച്ഛേദം ചെയ്യണമെന്നും ബഹളം വെച്ചു. വൃദ്ധരായ ചിലരും എന്റെ തമ്പുരാനും എന്നെ തല മുണ്ഡനം ചെയ്ത് പുറത്താക്കിയാൽ മതിയെന്നു കൽപ്പിച്ചു. ശിരച്ഛേദം ഭ്രഷ്ടും നാടുകടത്തലുമായി ചുരുക്കി. അങ്ങനെ ജീവൻ തിരിച്ചു കിട്ടിയ ഞാൻ ഇതാ അഭയം പ്രാപിച്ച് അവിടത്തെ മുമ്പിലെത്തിയിരിക്കുന്നു." അതുകേട്ട് മൂങ്ങത്തലവൻ മന്ത്രിമാരെ വിളിച്ച് ഈ അഭയാർത്ഥിയെ എന്തു വേണമെന്നു ചോദിച്ചു.

അമർദ്ദനന്റെ മന്ത്രിമാരായ കുക്കുരാക്ഷനും വക്രകപോതനും ദീപ്താക്ഷനും ദുഷ്കരന്മാരാണെങ്കിലും നീതിജ്ഞരാകയാൽ ഇങ്ങനെ വിധിച്ചു. "മഹാപ്രഭോ! ദൂതനേയും അഭയാർത്ഥിയെയും വധിക്കരുത് എന്നുണ്ട്. അതിനാൽ പേടിച്ചവശനായ ഇവന്റെ ഭയം മാറ്റി അന്നപാനീയങ്ങൾ നൽകി ജീവരക്ഷ ചെയ്യണം. ഇതാണ് ഞങ്ങളുടെ പക്ഷം. മഹാരാജാവേ, നാട്ടുനടപ്പുള്ള ഒരു കേട്ടിട്ടുണ്ട്. അതു പറയാം." പണ്ട് കണ്ടകനായ ഒരു വൃദ്ധവ്യാപാരി ചെട്ടി ഒരു പെണ്ണിനെ കെട്ടിക്കൊണ്ടുവന്നു. എന്നാലോ, വൃദ്ധനായ ചെട്ടിയെ ഒട്ടുമിഷ്ടമില്ലാത്ത പുതുപെണ്ണ് അവനെ തൊട്ടതുകൂടിയില്ല. പിന്നെയല്ലെ ആലിംഗനം! അങ്ങനെ ചെട്ടി നിരാശനായി കെട്ടിയ പെണ്ണിന്റെ ചൂരറിയാതെ കഴിയുംകാലം. അക്കാലം ഒരു പെരുങ്കള്ളൻ ചെട്ടിവീട്ടിൽ മോഷ്ടിക്കുവാനായി രാത്രി വന്നുകേറി. ഉറക്കം പിടിച്ചിട്ടില്ലാത്ത ചെട്ടിച്ചി കള്ളനെ കണ്ടു ഭയന്ന് ഓടി ചെട്ടിയെ കെട്ടിപ്പിടിച്ചു. ചെറുപ്പക്കാരിയായ ചെട്ടിച്ചിയുടെ ആലിംഗനത്തിനു കാരണക്കാരനായ കള്ളനെ ചെട്ടി നന്നായി സൽക്കരിച്ചു. "ഹേ ചോര! നിന്റെ കൃപയാൽ ഞാൻ കെട്ടിയ പെണ്ണ് ഇപ്പോൾ സ്വയം ഓടിവന്ന് എന്നെ കെട്ടിപ്പുണർന്നു. അവൾ ഇതുവരെ എന്നെ സ്പർശിച്ചിട്ടുപോലുമില്ല. അതുകൊണ്ട് ഹേ മോഷ്ടാവേ! നിന്റെ കാരുണ്യം എന്നെ സന്തോഷിപ്പിച്ചു. അതിനാൽ നീ നമ്മുടെ പാണ്ട്യാലയിലുള്ള ദ്രവ്യമൊക്കെ എടുത്താലും. നാമിതാ അനുവാദം തരുന്നു." അതുകേട്ട് തസ്കരൻ പറഞ്ഞു: "നല്ലവനായ ചെട്ടീ! ഭവാന്റെ വീട്ടിൽ ഒറ്റ ചെമ്പുതുട്ടുപോലുമില്ല. അഥവാ ഉണ്ടെങ്കിലും ഞാൻ എടുത്തുകൊണ്ടുപോകയുമില്ല. എനിക്ക് രണ്ടു വാക്കില്ല. ഇതു സത്യം." കള്ളനെങ്കിലും ഈവിധം പറഞ്ഞ് അവൻ ഇരുട്ടിൽ ഇറങ്ങിമറഞ്ഞു. "മഹാപ്രഭുവായ ഉലൂകരാജാവേ, അതുകൊണ്ട് ദീനരിൽ കൃപ വേണം." ചിരംജീവിയുടെ ദീനവിലാപം കേട്ട് അമർദ്ദകൻ

മന്ത്രിമുഖ്യരിലൊരാളായ ബകനെ വിളിച്ചുചോദിച്ചു. "മന്ത്രിസത്തമാ, വായസരാജാവിന്റെ മന്ത്രിയായ ഇവനെ കൊല ചെയ്യുകയോ മോചിപ്പിക്കുകയോ വേണ്ടത്? ലോകവീരനായ ഭവാന്റെ അഭിപ്രായമെന്താകുന്നു."

"ഉക്താവാൻ ബകാമാത്യൻ ദീനനെക്കൊലചെയ്ക-
യുക്തമല്ലിഹസ്വാമിന്നഞ്ജസാ രക്ഷിക്കണം
ബ്രഹ്മരാക്ഷസൻ താനും ചോരനും രക്ഷിച്ചുപോൽ
ബ്രാഹ്മണനേയുമദ്ദേഹത്തിന്റെ ഗോക്കളേയും."

ഉത്തരം നമുക്കിപ്പോൾ ആശ്രിതത്രാണംതന്നെ

എങ്ങനെയെന്നുസ്വാമി, കേട്ടാലുമെന്നു ബകൻ. ദുഷ്ടരിൽ ദുഷ്ടനായ ഒരു പെരുങ്കള്ളൻ അടുത്തുള്ള വൈദീകനു ദക്ഷിണയായി ലഭിച്ച രണ്ടു പശുക്കളെ മോഷ്ടിക്കുവാനായി പോകുകയായിരുന്നു. മാർഗ്ഗമധ്യേ ചോരൻ ഒരു ബ്രഹ്മരാക്ഷസനെ കണ്ടുമുട്ടി. കുസലന്യേ "നീ ആരെടോ" എന്നു ചോദിച്ചു. "താനാരെടോ" എന്നു ബ്രഹ്മരാക്ഷസനും മറുചോദ്യമായി. "ഞാൻ - ഞാനൊരേകൻ" എന്നായി തസ്കരൻ. "ഞാൻ-ഞാനെന്നന്യൻ" എന്നു ബ്രഹ്മരക്ഷസും. ബ്രഹ്മരക്ഷസ് ചോദ്യം തുടർന്നു. "ഭവാനെവിടെപ്പോകുന്നു. പറയുക." തസ്കരൻ ഉത്തരമേകി. "ഇവിടെ ഒരു വിപ്രഗ്രഹത്തിൽ രണ്ടു ഗോക്കളുണ്ട്. അവയെ മോഷ്ടിക്കുവാനായി ഞാൻ പോവുകയാണ്." "അതു നന്നായി" ബ്രഹ്മരാക്ഷസൻ പറഞ്ഞു. "ഞാനും ആ ബ്രാഹ്മണനെ ഭക്ഷിക്കുവാൻ പോകുകയാണ്." അങ്ങനെ ഇരുവരും യാത്രോദ്ദേശ്യം പറഞ്ഞ് വിപ്രഗൃഹത്തിലെത്തി. ബ്രഹ്മരക്ഷസ്സു പറഞ്ഞു. "തസ്കരാ അവിടെ നിക്കൂ. ഞാൻ പോയി ബ്രാഹ്മണനെ ആദ്യം വധിക്കാം." തസ്കരൻ പറഞ്ഞു. "അതു പറ്റില്ല. ഞാൻ മുമ്പെ പോയി പശുക്കളെ ഹരിക്കാം." ഇങ്ങനെ രാക്ഷസനും ചോരനും തമ്മിൽ തർക്കിക്കുമ്പോൾ ബ്രാഹ്മണൻ ഭയന്നുവിറച്ചുവിറച്ച് പുറത്തുവന്നു. ബ്രാഹ്മണനെ കണ്ട് രക്ഷസ് പറഞ്ഞു. "ബ്രാഹ്മണ, ഇവൻ ബ്രഹ്മസ്വം ഗോക്കളെ മോഷ്ടിക്കുവാൻ വന്നവനാകുന്നു." അതുകേട്ട് കള്ളൻ പറഞ്ഞു. "ഹേ, വിപ്രോത്തമാ; അവിടത്തേയും മക്കളേയും കൊന്നുതിന്നാൻ വന്ന രക്ഷസ്സാണിത്." ഈവിധം രണ്ടുപേരും സത്യം പറഞ്ഞതുകേട്ട് ബ്രാഹ്മണൻ രണ്ടുപേർക്കും സമ്മാനം നൽകി അയച്ചുവെന്നാണ് കഥ. "അതാണു പറഞ്ഞത് അജ്ഞാനികൾക്ക് ദീനരിൽ കൃപയുണ്ടാകും. അന്നിട്ടല്ലേ, അറിവിനാധാരമായ ഈശ്വരന്മാരുടെ കഥ!"

അതുകേട്ട് ദീപ്തക്ഷനെന്ന മറ്റൊരമാത്യൻ പറഞ്ഞു: "ബകാമാത്യൻ പറഞ്ഞത് യുക്തമായ വേദമാകുന്നു. പ്രത്യക്ഷമായി അപരാധം ചെയ്താലും പിന്നെ പ്രത്യക്ഷസ്തുതികൊണ്ട് ദുർജ്ജനം പ്രസാദിക്കും."

"കേട്ടിട്ടില്ലേ, പണ്ടൊരു സൂതൻ തന്റെ ഭാര്യയെയും ജാരനേയും രണ്ടുപേരേയും ശിരസ്സിലേറ്റി നടന്നുവത്രെ." "കിം പ്രകാരമെന്നതു ചോദിച്ചു കൗശികേന്ദ്രൻ, സാമ്പ്രതം ശ്രവിച്ചാലുമെന്ന് ദീപ്താക്ഷൻ ചൊന്നാൻ."

മുമ്പൊരിക്കൽ ദുർന്നടപ്പുകാരിയായ ഒരു സൂതപ്പെൺകിടാവിനെ രഥകാരനായ ഒരു പുരുഷൻ വേളികഴിച്ചു. ധൂളിയെങ്കിലും വേട്ട പെണ്ണിനെ ലാളിച്ച് മേവുംകാലം. ആ സുന്ദരിപ്പെണ്ണ് പതുക്കെപ്പതുക്കെ ജാരന്മാർക്കധീനയായിത്തീർന്നു. അതൊന്നു പരീക്ഷിച്ച് ബോധിക്കുവാനായി രഥകാരൻ ഒരു സൂത്രം പ്രയോഗിക്കുവാനുറച്ചു. ഒരുനാൾ, നീണ്ടയാത്രയ്ക്കെന്നും പറഞ്ഞ് കുട, വടി ഭാണ്ഡവുമൊത്ത് ആ സൂതൻ യാത്രയായി. രാത്രിയായപ്പോൾ, രഹസ്സിൽ ആ പുരുഷൻ തന്റെ വീട്ടിൽ വന്ന് ഒളിച്ചിരുന്നു. തന്റെ പത്നിയുടെ ചാരിത്രദോഷം കണ്ടെത്തുവാനായി കട്ടിൽചോട്ടിൽ തന്നെ പതുങ്ങി. ഭർത്താവൊഴിഞ്ഞുകിട്ടിയതിൽ സന്തോഷിച്ച് ആ രഥകാരകാമിനി ആളെ വിട്ട് തന്റെ ജാരനെ വരുത്തി. വിലാസവതിയായ ആ സൂതപത്നി ജാരനൊത്ത് സാരസ്യമാടിക്കൊണ്ട് സംശയമന്യേ കട്ടിലിൽ ശയിക്കാനാരംഭിച്ചു. കട്ടിലിന്നടിയിൽ ഒളിച്ചിരിക്കുന്ന ഭർത്താവ് ശ്വാസംകൂടി ഒതുക്കി തന്റെ ഭാര്യയെ ജാരനോടുകൂടി പിടിക്കുവാൻ തയ്യാറായി. പക്ഷേ, കട്ടിലിൽ ഇരുന്ന് കാലാട്ടിയ രഥകാരപത്നിയുടെ കാല് ഭർത്താവിന്റെ ദേഹത്തിൽ കൊണ്ടു. ദുർന്നടപ്പുകാരിയായ അവൾ ബുദ്ധിശാലിനിയായിരുന്നു. എല്ലാ സ്വേച്ഛാചാരിണികളും സ്വരക്ഷയ്ക്കുള്ള ഉപായം കണ്ടെത്തുമല്ലോ. കാന്തന്റെ മെയ്യിൽ കാലുകൊണ്ടിട്ടും ഒന്നും അറിയാത്തപോലെ അവൾ ജാരനൊത്ത് കാമലീലകളാരംഭിച്ചു. കട്ടിലിൻചുവട്ടിൽ തന്റെ പ്രണയിനിയുടെ കാന്തനുണ്ടെന്നറിയാതെ ജാരൻ ചോദിച്ചു: "സുന്ദരീ! പറയൂ. നിനക്ക് നിൻകാന്തനോ ഞാനോ പ്രിയൻ. ആരെയാണ് കൂടുതൽ ഇഷ്ടം." ബുദ്ധിമതിയായ പെൺകൊടി പറഞ്ഞു. "ഇതെന്തു ചോദ്യമാണ്. അവിടേക്ക് സ്ത്രീചിത്തമറിയില്ല. സ്വഭർത്താവിനെക്കാളധികം ഒരു സ്ത്രീയും ഒരു പുരുഷനേയും സ്നേഹിക്കുകയില്ല. തനിക്കു വേണ്ടതൊക്കെയും ഇച്ഛിക്കുന്നതുമധികവും നൽകുന്ന പതിയേക്കാൾ കൂടുതൽ ഒരുവളും അന്യപുരുഷനെ പ്രേമിക്കുകയില്ല. സത്യമറിയൂ. ഭോഗഭുക്കാം വയസ്സിന്റെ ചാപല്യത്താലും

ധനമോഹംകൊണ്ടും കാമജ്വരത്താലും ഞാൻ നിങ്ങളെ പ്രാപിക്കുന്നു എന്നത് സത്യമാകുന്നു. എന്നാൽ എന്റെ നാഥന് ഒരാപത്തുവരുംനേരം പ്രാണത്യാഗം ചെയ്യുവാനും ഞാൻ സന്നദ്ധയാണ്. എന്റെ ഭർത്താവ് എനിക്ക് കൺകണ്ട ദൈവമാകുന്നു. അവിടേക്ക് അപ്രിയമായതൊന്നും ഒരുനാളും ഞാൻ ചെയ്യില്ല എന്നറിഞ്ഞാലും." കട്ടിലിൻമുകളേറിയ തന്റെ പത്നിയുടെ വാക്കുകൾ കേട്ട് ആ രഥാകാരൻ അമിതമായാഹ്ലാദിച്ചു. തന്റെ പത്നിയുടെ സ്നേഹാധിക്യത്തിൽ അമിതാഹ്ലാദം പൂണ്ട ആ സൂതൻ ജാരനോടും പത്നിയോടുംകൂടി അവർ ശയിക്കുന്ന കട്ടിൽ പൊക്കിയെടുത്ത് ആനന്ദനൃത്തമാടി. സ്വവല്ലഭയുടെ പതീസ്നേഹം ആ പാവത്തിനെ അത്യാനന്ദത്തിലാറാടിച്ചു. ആ വിഡ്ഢി തൽക്ഷണം നൃത്തമാടിപ്പാടിനിന്നാടിനാൻ.

"ജാരസംഭോഗത്തിലും നമ്മളെ ബഹുസ്നേഹം
ഭാര്യയാമിവൾക്കെന്നു ചിന്തിച്ചു നൃത്തം ചെയ്താൻ."

മന്ത്രിയുടെ വാക്കുകൾകേട്ട് ഇഷ്ടനായ അമർദ്ദനൻ ചിരംജീവിയെ കൈക്കൊണ്ടു. അപ്പോൾ ആശ്രിതത്വം നടിച്ചുകൊണ്ട് ആ വായസശ്രേഷ്ഠൻ ഉക്തവാൻ. "മഹാശക്തനായ അവിടത്തെ വർണിച്ചു പറഞ്ഞതുകൊണ്ട് ഞങ്ങടെ നേതാവായ മേഘവർണൻ എന്നെ ഉപേക്ഷിച്ചു. ഉദ്ധതരായ കാക്കകൂട്ടം മുഴുവനും ദുഷ്ടന്മാരാകുന്നു. മഹാപ്രഭോ ഞാനൊന്ന് തീരുമാനിച്ചുറച്ചിരിക്കുന്നു. ഇന്നു ഞാൻ അഗ്നിപ്രവേശം ചെയ്ത് താമസിയാതെ മൂങ്ങയായി ജനിച്ച് കാകന്മാരെ മുഴുവനും കൊലചെയ്യുന്നുണ്ട്." ചിരംജീവിയുടെ പ്രതിജ്ഞ കേട്ട് അമർദ്ദനൻ പറഞ്ഞു. "ഹേ കാക! ഭവാന്റെ ഇംഗിതം നിഷ്ഫലമാകുന്നു. അന്യജന്മങ്ങളിൽകൂടി പൂർവജാതി വെടിഞ്ഞ് അന്യജാതിയിൽ ജനിക്കുവാനാവില്ല. സൂര്യഭഗവാനെ പ്രാപിച്ചും, ഘനമേഘത്തെ പ്രാപിച്ചും ശക്തനാം മാരുതം പ്രാപിച്ചിട്ടും ഉന്നതപർവതത്തെ പ്രാപിച്ചിട്ടും മൂഷികസ്ത്രീ പിന്നേയും മൂഷികസ്ത്രീയായി. പൂർവജാതി തന്നെയായല്ലോ."

"എങ്ങനെയതെന്നു ചോദിച്ചിതു ചിരംജീവി
മൂങ്ങകൾക്കധീശ്വരൻ ചൊല്ലിനാനാമർദ്ദനൻ."

മൂഷികസ്ത്രീ പിന്നേയും മൂഷികസ്ത്രീ

പണ്ടുപണ്ടൊരുകാലം. ഒരു പരുന്ത് ഒരു എലിപ്പെൺകുഞ്ഞിനേയും കൊത്തി പറക്കുമ്പോൾ വിധിവശാൽ എലിക്കുഞ്ഞ് താഴെ വീണു. ഭാഗ്യവശാൽ സന്ധ്യാവന്ദനം ചെയ്യുന്ന മാമുനിശ്രേഷ്ഠന്റെ

കൈക്കുടന്നയിലാണ് ആ മൂഷികപ്പെൺകുഞ്ഞു വീണത്. മഹാമുനി സ്വന്തം തപോബലത്താൽ ആ എലിപ്പെൺകുഞ്ഞിനെ സ്വർഗസുന്ദരിക്കുട്ടിയാക്കി പ്രിയപത്നിക്ക് പുത്രിയായി നൽകി. തപസ്വിനിയായ മുനിപത്നി ആ പെൺകുഞ്ഞിനെ താപസകുമാരിയായി പോഷിപ്പിച്ചു പോറ്റിവളർത്തി. യൗവ്വനം വന്നുദിച്ചപ്പോൾ തന്റെ വളർത്തുപുത്രിക്ക് ഒരു വരനെ കണ്ടെത്തണമെന്ന് മുനീശ്വരൻ വിചാരിച്ചു. വീര്യവും സൗന്ദര്യവും വിദ്യയും വിഭുത്വവും ധൈര്യവുമുള്ള വരനാരാണെന്നു ചിന്തിച്ചപ്പോൾ സൂര്യദേവനെ ഓർമ്മിച്ചു. ഉടൻ തപസ്വി മഹാമാർത്താണ്ഡനെ കണ്ടുപറഞ്ഞു. "ഉന്നതപ്രഭാവനായ അല്ലയോ സവിതാവേ! അവിടുന്ന് മൽപുത്രിയെ വേട്ടാലും." അതുകേട്ട് സൂര്യഭഗവാൻ പറഞ്ഞു. "മഹാതാപസാ! എന്നേക്കാൾ മഹാനാണ് മേഘം. എന്റെ സഹസ്രസകിരണത്തേയും മേഘം മറയ്ക്കുന്നുണ്ടല്ലോ." അതുകേട്ട് മുനി മേഘത്തോടുരച്ചു. "സഖേ! കാർമേഘമേ! എന്റെ പുത്രിയെ ഭവാൻ പാണിഗ്രഹണം ചെയ്താലും." അപ്പോൾ വാരിവാനവും ചൊന്നാൻ. "എന്നേക്കാൾ വലിയവൻ സാക്ഷാൽ മാരുതൻ ആകുന്നു. വായുഭഗവാൻ എന്നേയും കൊണ്ടു നടക്കുന്നുവല്ലോ." അതു ശരിയാണല്ലോ എന്നുനിനച്ച് വളർത്തച്ഛനായ തപസ്വി വായുദേവനെ സമീപിച്ചു. "അല്ലയോ മാരുതാ! ഭവാൻ തന്നെ മഹാശക്തൻ, അവിടുന്ന് എന്റെ ആത്മജയ്ക്ക് വല്ലഭനാവണം." വായുഭഗവാൻ പറഞ്ഞു, "പക്ഷേ, എന്റെ ഗതി തടയുന്ന പർവതം എന്നേക്കാൾ ശക്തനാണല്ലോ." എങ്കിൽ കന്യാപിതാവു പറഞ്ഞു. "എങ്കിൽ പർവതരാജൻ എന്റെ ജാമാതാവാകണം." അതുകേട്ട് നഗാധിരാജൻ അരുളി. "ഹേ, മഹാതാപസാ, മൂഷികനാണ് മഹാബലൻ. എന്റെ ഗാത്രം കരണ്ടു തുളയ്ക്കുന്നത് അറിയില്ലെ." അതും ശരിയാണല്ലോ, മുനീശ്വരൻ നേരെ മൂഷികകുമാരനെ കണ്ടു. "മൂഷികാ, താങ്കൾ എന്റെ കുമാരിയെ പാണിഗ്രഹണം ചെയ്യുക." മൂഷികൻ സമ്മതിച്ചു. പക്ഷേ, ഒരൊറ്റ തടസ്സം മാത്രം. "താപസരാജനറിയില്ലെ, അവിടത്തെ പുത്രിയെ ഞാനെവിടെ കുടിവെക്കും. ഭവനമായി ഒരു മാളം മാത്രമേ ഈയുള്ളവനുള്ളൂ. അവിടത്തെ പുത്രിയെ എന്റെ ഗൃഹത്തിൽ പ്രവേശിപ്പിക്കുവാനാവില്ലല്ലോ." ഈ വൈഷമ്യം മനസ്സിലാക്കിയ താപസൻ തന്റെ പുത്രിയെ തപശ്ശക്തിയാൽ മൂഷികസ്ത്രീയാക്കി. മൂഷികൻ താപസന്റെ പുത്രിയെ വിവാഹവും ചെയ്തു. മൂഷിക സ്ത്രീ മുന്നെപ്പോലെ വീണ്ടും മൂഷികസ്ത്രീയായി വന്നു. അതാണ് പറഞ്ഞത്, ജാതിക്ക് വിപര്യാസം വന്നു ഭവിക്കുകയില്ല. ധരിച്ചില്ലേ. ജന്മാന്തരങ്ങളിലും കാക്ക കാക്ക തന്നെയാവും. ഈ സൽക്കഥ പറഞ്ഞ് അമർദ്ദനൻ ശത്രു മന്ത്രിയുടെ കാപട്യമറിയാതെ സമ്മാനിച്ച് മിത്രമാക്കി. മൂങ്ങരാജൻ

പറഞ്ഞു. അല്ലയോ ചിരംജീവി നമ്മുടെ ജനവും ധനവും സ്ഥാനവും സർവവും ഭവാന്നധീനമാകുന്നു. അവിടുന്ന് ഇവിടെത്തന്നെ സുഖിച്ചു വാഴുക. ഇത്രയും പറഞ്ഞ് ശത്രുവായ ചിരംജീവിക്ക് നിത്യനിദാനത്തിനുമേർപ്പാടാക്കി തന്റെ ഗൃഹസംരക്ഷണച്ചുമതലയും നൽകി സന്തോഷിപ്പിച്ചു. സൂര്യനുദിച്ചപ്പോൾ പകൽ അന്ധരായ മൂങ്ങ സ്വൈരമായുറക്കം തുടങ്ങി. ഈ തക്കം നോക്കി ധീരനായ ചിരംജീവി ശത്രുസ്ഥാനങ്ങളിൽ ദ്വാരങ്ങൾ, കിടങ്ങുകൾ, കോട്ടകൾ, മതിലുകൾ, കൊത്തളം, പുറത്തളം, കൊട്ടിലും കോലയ്പ്പുറം, കൽത്തളം, കളം, കുളം, കാനനം എന്നുവേണ്ട ഒക്കവേ പകൽകണ്ട് ഗ്രഹിച്ചുവെച്ചു. ഉലൂകസാമ്രാജ്യമാകെ നശിപ്പിക്കുവാനായി അഗ്നിക്കിരയാക്കാമെന്നുറച്ച് എല്ലായിടത്തും വയ്ക്കോലും ഉണക്കപ്പുല്ലും പഞ്ഞിയും സംഭരിച്ചു. ചിത്രപടത്താൽ എല്ലാം മൂടിപ്പുതച്ചു. രാത്രിയിൽ മൂങ്ങകൾ ഈ അലങ്കാരപ്പണി കണ്ടു സന്തോഷിച്ചു. ചിരംജീവിയുടെ ചതിപ്രയോഗം ആ സാധുക്കൾ ചിന്തിച്ചതേയില്ല. ചിരംജീവിയാകട്ടെ തന്റെ സൂത്രപ്പണികളിൽ തൃപ്തനായി. സൂര്യനുദിച്ചപ്പോൾ ചിരംജീവി ഉണക്കച്ചാണകത്തിൽ തീക്കനലിട്ട് നാലുപാടും ജ്വലിപ്പിച്ചു. സൂര്യന്റെ മഹാപ്രകാശവും അഗ്നിനാളത്തിന്റെ പ്രഭയും ഒത്തുചേർന്ന് മഹാശ്വത്ഥമാകെ തീക്കുണ്ഡമായി. വൻവൃക്ഷവും അതിൽ പാർക്കും മൂങ്ങാകൂട്ടവും എല്ലാം അഗ്നിക്കിരയായി. ശത്രുസംഹാരം ചെയ്ത് കൃതാർത്ഥനായ ചിരംജീവി വേഗം തിരിച്ചുവന്ന് പേരാലിൽ കുടികൊള്ളും സ്വജനങ്ങളേയും ജനനായകൻ മേഘവർണനെ കണ്ട് വണങ്ങി. സ്വസചിവനായ ചിരംജീവിയുടെ മഹാകർമ്മത്തെ ശ്ലാഘിച്ച് ഗാഢമായി ആശ്ലേഷിച്ചടുത്തിരുത്തി കാകാധീശൻ പറഞ്ഞു:

"ഹേ സഖേ! ചിരംജീവിൻ! ഭവാൻ വിനോദഭാവത്തിൽ വളരെ വേഗം കാര്യ സാധിച്ചു!! അത്ഭുതം! ഭവാൻ പറയൂ; എങ്ങനെയാണ് ശത്രുരാജ്യം പ്രാപിച്ചത്. ഏതുവിധമാണ് അവിടെ വന്നത്. നമ്മുടെ മഹാരാജ്യത്തിനായി ഇങ്ങനെ വളരെ വലിയ ഉപകാരം ചെയ്തതിന് ഞാനെന്തു പ്രത്യുപകാരമാണ് ചെയ്യേണ്ടത്. എന്തായാലും പറയു. പ്രത്യുപകാരം ചെയ്യാത്തവൻ കൃതഘ്നനാണ്."

ഈവിധം ചോദിച്ച വായസവീരനോടായി ചിരംജീവി പറഞ്ഞു. "അല്ലയോ കാക്കത്തമ്പുരാനേ! ദുർഘടകാര്യങ്ങൾ സാധിപ്പാനായി മഹത്തുക്കൾ ദുർഘടസ്ഥാനത്തു ചെന്നുപറ്റി അനേക ദുഃഖങ്ങൾ അനുഭവിക്കാറുണ്ട്. കാര്യം ലഭിച്ചാൽ വീണ്ടും സ്വസ്ഥരാകുകയും പതിവാണ്. പഞ്ചപാണ്ഡവരും പാഞ്ചാലിയും വിരാടരാജധാനിയിൽ അജ്ഞാതവാസം ചെയ്തില്ലേ. കാമദേവന്മാർ പത്തുചേർന്നപോലെ

അഴകാർന്ന അർജ്ജുനൻ അവിടെ ആണും പെണ്ണുമല്ലാതെ പാർത്തില്ലേ. ഭീമപരാക്രമിയായ ഭീമസേനൻ അവിടെ അടുക്കളയിൽ വെച്ചുവിള മ്പിയില്ലേ. ദമയന്തീവല്ലഭനായ നളൻകൂടി മറ്റൊരു ഭൂപതിയുടെ പാചക ക്കാരനായി കുറേക്കാലം ദുഃഖം ഒതുക്കിക്കഴിഞ്ഞില്ലേ. ശത്രുക്കളുടെ മധ്യേ ജീവിക്കുക എത്രയും പരാധീനംതന്നെ. അസിധാരാവ്രതം പോലെ യോഗികൾക്കുകൂടി കൃച്ഛ്രസാധ്യമാകുന്നു. ആസനം, സ്ഥാനം, യാനം, ഭോജനം, പാനം, സ്നാനം എന്നിത്യാദിയെല്ലാം ശത്രുസ്ഥാനത്ത് മഹാസങ്കടംതന്നെ. നാലുപാടും എപ്പോഴും അപ കടം വ്യാപിച്ചിരിക്കും. എപ്പോഴും സമാധാനത്തോടെ സൂക്ഷിച്ചു ജീവി ക്കണം. ഏതൊരു ദുർമന്ത്രിക്കാണ് ദുർന്നയം ഭവിക്കാത്തത്? ഏതൊരു പുരുഷനെയാണ് ഐശ്വര്യം മദിപ്പിക്കാത്തത്? ഏതു മനു ഷ്യരാണ് അപഥ്യം ഭക്ഷിച്ചിട്ടും രോഗിയല്ലാതെ ഭവിക്കുന്നത്. ആർക്കാണ് മൃത്യു സംഭവിക്കാത്തത്? ഏതൊരു വിഷയിക്കാണ് വിപ ത്തുണ്ടാവാത്തത്. ആവിധം ഒരാളുമില്ലല്ലോ തമ്പുരാനേ. സാവധാന തയില്ലാത്തവർക്ക് ഒരിക്കലും ശത്രുരാജ്യത്ത് പോയി വരുവാൻ കൂടി സാധ്യമല്ല. വൈരിയെ സ്തുതിക്കണം, വൈരിയെത്തന്നെ ഭജി ക്കേണം; വൈരിയെ തലയിലേറ്റി നടക്കുകയും വേണം. വൈരിയെ ചതിച്ചു ജയിക്കണമെങ്കിൽ ഇതൊക്കെ ചെയ്തേ പറ്റൂ."

രിപുക്കളെ സ്കന്ധത്തിൽ വഹിച്ചിടാം

"പണ്ടൊരു കൃഷ്ണസർപ്പം മണ്ഡൂകകൂട്ടങ്ങളെ
കണ്ഠത്തിൽ വഹിച്ചുകൊണ്ടൊക്കവേ കുലചെയ്തു
അക്കഥ കേൾക്കണമെന്നുക്തവാൻ കാകാധീശൻ
സൽക്കരിച്ചുരചെയ്തു ബുദ്ധിമാൻ ചിരംജീവി"

മന്ദവിഷനെന്ന ഒരു കൃഷ്ണസർപ്പമുണ്ടായിരുന്നു. ബുദ്ധിമാ നാകിലും നിത്യവൃത്തിക്കു ലഭിക്കായ്കയാൽ വിശന്നുപൊരിഞ്ഞ് തവ ളക്കൂട്ടം നിറഞ്ഞ ജലാശയത്തിന്റെ വക്കത്തുചെന്നിരുന്നു. തീവ്രദുഃഖം നടിച്ച് കേഴുന്ന മന്ദവിഷനെന്ന സർപ്പത്തെ കണ്ട് മണ്ഡൂകരാജനായ ജാലപാദൻ ചോദിച്ചു: "ഹേ കാളസർപ്പമേ! ഈ തീവ്രദുഃഖഹേതു വെന്താണ്." അപ്പോൾ കാളസർപ്പം വഴിപോലെ പറഞ്ഞു. "മഹാ ത്മാവേ! തവളരാജ! സഖാവേ! നമുക്ക് ഒരു തെറ്റുപറ്റി! വിധി കൽപ്പി തമാവാം, വംശശുദ്ധിയുള്ള ഒരു വിപ്രന്റെ പുത്രനെ ഞാൻ ദംശിച്ചു. പുത്രദുഃഖം പൊറാഞ്ഞ് ആ ബ്രാഹ്മണൻ എന്നെ ശപിച്ചു. നീ നീച നായ സർപ്പമാകുന്നു. എന്റെ മകനെ കടിച്ചുകൊന്നതിനാൽ ഞാൻ

നിന്നെ ശപിക്കുന്നു. ഇന്നു മുതൽ നിന്റെ ആഹാരമായ തവളകളെ നീ തോളിൽ ചുമന്നു നടക്കുക. മണ്ഡൂകങ്ങൾ നല്കുന്ന അല്പാഹാരം മാത്രം ഭക്ഷിക്കുക! ഇതായിരുന്നു ബ്രാഹ്മണശാപം. ഈ ശാപനിവൃത്തിക്കായി മഹാനായ മണ്ഡൂകരാജന്റെ സഹായം കൂടിയേ തീരൂ." അപ്പോൾ ഭേകവർഗ്ഗാധീശൻ ആശ്വസിപ്പിച്ചു. "ആവാം, നാം നിന്നെ സഹായിക്കാം. ഇന്നു മുതൽ ഓരോ മണ്ഡൂകങ്ങളെ നീ തോളിലേറ്റുക. ഈ ജലാശയത്തിൽനിന്ന് മറ്റൊരു ജലാശയത്തിലേക്ക് എടുത്തുകൊണ്ടാക്കിയാൽ മതിയാവും." കൃഷ്ണസർപ്പം മണ്ഡൂകങ്ങളെ അനായാസം വിഴുങ്ങുവാൻ സന്ദർഭം ലഭിച്ചതിൽ അളവറ്റു സന്തോഷിച്ചു. ഓരോ ദിവസവും ഓരോ തവളകളെ ചുമന്നുകൊണ്ടുപോയി വിഴുങ്ങസ്യ. അങ്ങനെ സർപ്പം പുഷ്ടിപ്പെട്ടു. "അതാണ് സൂചിപ്പിച്ചത് സ്വന്തം കാര്യത്തിന് സ്വന്തം ശത്രുക്കളെകൂടി ഏറ്റിനടക്കേണ്ടിവരും. ദൈവകൽപ്പിതം ഖണ്ഡിച്ചീടുവാനാർക്കും ശക്തിയില്ലല്ലോ. അലംഘനീയമാണ് കമലാസനാജ്ഞ. വഹ്നിശേഷവും ഋണശേഷവും വൈരിശേഷവും വ്യാധിശേഷവും ബാക്കിവെച്ചിരിക്കരുത്. ബാക്കിവന്നാൽ വർദ്ധിച്ച് വംശനാശം വരുത്തും. അതുകൊണ്ട് ഉലൂകങ്ങളെ സമൂലം ഞാൻ സംഹരിച്ചു. ആപത്തുകാലത്ത് ദുഃഖവും ദുർബോധവും ലോഭദുർമോഹാദികളും രോധവും വിവാദവും അനാവശ്യമാകുന്നു. കാലം എത്തുംവരെ സമസ്തവും ക്ഷമിച്ചിരിക്കുകയേ വേണ്ടൂ. കാലം അനുകൂലമായാൽ സർവകാമങ്ങളും സാധിക്കും. സമ്പത്തൊക്കെ കൈവശമാകും. ഭഗവാൻ ശ്രീരാമചന്ദ്രസ്വാമിക്ക് രാജ്യനഷ്ടവും വനവാസവും വേണ്ടിവന്നില്ലേ. പഞ്ചപാണ്ഡവരും ആരണ്യത്തിൽ കഴിഞ്ഞുവല്ലോ. നൈഷധൻ നളനും കലിബാധയാൽ നട്ടംതിരിഞ്ഞില്ലേ. ഗ്രഹപ്പിഴ ഒഴിഞ്ഞപ്പോൾ അവരൊക്കെ വീണ്ടും മഹാപ്രതാപികളും തേജസ്വികളുമായി ഭവിച്ചുവല്ലോ. അതുപോലെ എന്റെ സ്വാമിക്കും വന്നുചേർന്ന ചീത്തകാലം കഴിഞ്ഞു. സന്ധിയും യുദ്ധവുംകൊണ്ട് ശത്രുസംഹാരവും ചെയ്തു. സർവമംഗലവും സിദ്ധിച്ചു. പ്രഭോ കാലം നന്നായി. ഇനി സ്വസ്ഥമായി കാകസാമ്രാജ്യം ഭരിച്ചാലും."

"ഇങ്ങനെ ചിരംജീവി പറഞ്ഞ ഗിരം കേട്ടു
തിങ്ങിനസന്തോഷത്താൽ പൂർണനാം മേഘവർണൻ
കാകലോകാധിപത്യം പ്രാപിച്ചു ബഹുകാല-
മാകുലം വിനാ വാണു മംഗലം ശുഭം ശുഭം."

ഇതിശ്രീമത്പഞ്ചതന്ത്രപ്രകരണേസന്ധി
വിഗ്രഹോനാമ തൃതീയതന്ത്രം സമാപ്തം.

നാലാംതന്ത്രം

ലബ്ധനാശം

"ശുകതരുണിവരിക തവസുകവിതകൾ കേൾക്കയാൽ
ശുദ്ധമെന്മാനസം മാനീയാകൃതേ
ശുകനിലയവരവസതി പരമശിവശങ്കരൻ
ശൂലബാലേന്ദു സാരംഗ ഖട്വാംഗവാൻ
ലളിതതരമഭിലഷിത വരമരുളുമീശ്വരൻ
ലബ്ധനാശാഖ്യമാം തന്ത്രം കഥിയ്ക്ക നീ"

സുമതി കുലമകുടമണിധരണിസുരപുംഗവൻ സോമശേഖരാഖ്യൻ പറഞ്ഞു.

"ധനമായാലും ജനമായാലും തന്റെ കൈയിൽ വന്നുചേരുന്ന ഐശ്വര്യം ധർമ്മബുദ്ധിയുടെ പേരിൽ കൈവിടുന്നവൻ കീഴ്പ്പതിക്കും എന്ന് ഉറപ്പാണല്ലോ. ആ ധർമ്മബുദ്ധികൾ വഞ്ചിതരാവുകയും ചെയ്യും. കാട്ടിൽ കൂലംകുത്തിയൊഴുകുന്ന വലിയ പുഴയിൽ സഞ്ചരിക്കുന്ന വലിയ ജലജന്തുവിനെ പണ്ടൊരു കുരങ്ങൻ വഞ്ചിച്ചു." ആചാര്യൻ ഇങ്ങനെ പറഞ്ഞപ്പോൾ അവനിപതിതനയർ അതു കേൾക്കണമെന്നായി. അതുകേട്ട് സദ്ഗുരുവരുളി.

കാട്ടിൽ കൂട്ടരൊത്ത് ജീവിച്ചിരുന്ന ഒരു വൃദ്ധവാനരൻ ഒരിക്കൽ ചാട്ടം പിഴച്ച് വീണുപോയി. കൂട്ടംപിരിഞ്ഞ ആ മൊച്ച തടാകതീരത്തുള്ള അത്തിമരത്തിൽ താമസവുമാക്കി. മധുരവും ഭംഗിയുമുള്ള അത്തിപ്പഴം ബഹുരസമായി തിന്ന് വെള്ളവും കുടിച്ച് ആ കുരങ്ങച്ചാര് വാണു. അത്തിമരത്തിൻശാഖകൾ തോറും ചാടിയും ചെറുചില്ലകൾ കുലുക്കി അത്തിപ്പഴം ജലാശയത്തിൽ വീഴുമ്പോഴുള്ള ഗുളുഗുളുഗുഗ്ഗുളും ശബ്ദം കേട്ട് ആനന്ദിച്ചും ആ മരഞ്ചാടി നാൾ കഴിച്ചു. അപ്പോൾ വെള്ളത്തിൽ വീഴുന്ന മധുരഫലം തിന്നുകൊണ്ട് ഒരു ജലജീവിയും അത്തിമരത്തിനടുത്തു വന്നുകൂടി. ശിംശുമാരനെന്ന് പേരുള്ള ഒരു മുതലയായിരുന്നു ആ ജലജീവി. കുരങ്ങച്ചൻ കൊമ്പുകുലുക്കി

വീഴ്ത്തുന്ന അത്തിപ്പഴം തിന്നും ഓരോന്നു പറഞ്ഞും മുതലയും കുരങ്ങനും തമ്മിൽ സൗഹൃദം വളർന്നു. വലീവർദ്ദനൻ എന്നായിരുന്നു മുതല സൗഹൃദം നേടിയ കപിരാജവൃദ്ധന്റെ നാമം. വലീവർദ്ധനനും ശിംശുരാമനും ഒരിക്കലും പിരിയാൻ വയ്യാത്ത ചങ്ങാതിമാരായി ത്തീർന്നു. അധികനേരം വീടണയാതെ ചുറ്റിത്തിരിയുന്ന മുതലയുടെ ഭാര്യയ്ക്ക് സങ്കടവും ഈർഷ്യയും വളർന്നു. തന്റെ പ്രാണപ്രിയൻ ഇപ്പോൾ വാസസ്ഥലം വിട്ട് സദാ വെളിയിൽതന്നെ തങ്ങുവാനെന്താവും കാരണമെന്ന് ശിംശുമാരി ചിന്തിച്ചു. തന്റെ ഭർത്താവിന്റെ ചെയ്തികൾ ഒന്നുവിടാതെ അറിഞ്ഞുവരുവാൻ അവളൊരു മിടുക്കിയായ ദൂതിയെ നിയോഗിച്ചു. ശിംശുമാരി ചൊല്ലിഅയച്ച സഖി അശ്വത്ഥമൂലത്തിലെത്തി. ആകെ നോക്കിക്കണ്ടു. തിരിച്ചെത്തി ഇത്ഥം പറഞ്ഞു: "സഖീ! വാർത്ത സുഖമുള്ളതല്ല. ഞാനറിഞ്ഞത് നന്നല്ല. അവിടത്തെ പതി അവിടെ ഒരു കപിവരസ്ത്രീയുമായി സല്ലപിച്ച് കഴിയുകയാണ്. വിജനതയിൽ വാനരസ്ത്രീസംഗമസുഖം അനുഭവിക്കുന്നു." സഖി അന്വേഷിച്ചറിഞ്ഞ കാര്യം ധരിച്ച മുതലപ്പെണ്ണ് സന്താപകോപങ്ങളോടെ മഹാപരവശയായി നടിച്ച് ചെന്നുകിടന്നു. നേരമായപ്പോൾ ശിംശുമാരനക്രം പ്രിയപത്നിക്കുള്ള മധുരമധുരമായ അത്തിപ്പഴവും ചുമന്നുവന്നു. ഭാര്യയുടെ ദീനനാട്യം കണ്ട് മുതല ചോദിച്ചു: "ദേവീ, മമഹൃദയരമണീ! ഈ ദീനാവസ്ഥയ്ക്കെന്താണു കാരണം." മുതലച്ചാരുടെ ചോദ്യം കേട്ട് അവിടെ ശുശ്രൂഷിച്ചു നിന്നിരുന്ന സഖി പറഞ്ഞു. "പ്രഭോ, അവിടത്തെ പ്രിയപത്നിയുടെ പരവശത കണ്ട് ഞാൻ വൈദ്യനെ കൊണ്ടുവന്നു കാണിച്ചു. എന്നാൽ വൈദ്യൻ പറഞ്ഞത് അതിലേറെ കഠിനമാകുന്നു. അങ്ങാടിയിലും പെട്ടിമരുന്നുപറിമരുന്നുകടയിലും കിട്ടാത്ത ഔഷധം! അതിനാണെങ്കിൽ ബദലായൊരു മരുന്നുമില്ലതാനും. കേൾക്കൂ വൈദ്യൻ കല്പിച്ചത് ഈ മഹാരോഗത്തിന് ഒരൊറ്റമൂലിയേയുള്ളൂ. അത് വാനരഹൃദയമാകുന്നു. കുരങ്ങന്റെ ഹൃദയം കഷായം വെച്ച് കഴിക്കണം." തന്റെ പത്നിയുടെ പ്രിയസഖി പറഞ്ഞതുകേട്ട് നക്രം വിചാരിച്ചു. കഷ്ടം. വലിമുഖനല്ലാതെ മറ്റൊരു മർക്കടൻ ഈ രാജ്യത്തില്ല. വലിമുഖനാണെങ്കിൽ ശുദ്ധനും നിർമ്മലനും എന്റെ അത്യന്തബന്ധുവുമാകുന്നു. എന്റെ പ്രാണസഖിയുടെ രോഗശാന്തിക്കായി മിത്രത്തെ വധിക്കുക എന്നുവന്നാൽ മഹാകഷ്ടം തന്നെ. എന്നാൽ മറ്റു മാർഗമില്ലാത്തതിനാൽ അതും ചെയ്യുകതന്നെ. ഭാര്യയുടെ പ്രാണസംരക്ഷണം ഭർത്താവിന്റെ കടമയാണല്ലോ. ധർമ്മവുമാണ്. ഇങ്ങനെ ധർമ്മാധർമ്മചിന്ത ചെയ്ത് ആ ജലജന്തു സ്വസഖാവിനെ സമീപിച്ചു. സ്വസഖനെ കണ്ട് കപിവൃദ്ധൻ സുഖാന്വേഷണം

ചെയ്തു. മുതല പറഞ്ഞു. "സഖേ, ജന്തുക്കളുടെ ബന്ധുസ്നേഹവും സൗഹൃദവും ബഹുവിശേഷമാകുന്നു. നിത്യം ഭവാൻ തരുന്ന മധുര പലഹാരം ഭക്ഷിച്ച് എന്റെ പ്രിയപത്നി അതീവസന്തുഷ്ടയായിരിക്കുന്നു. അവൾക്ക് ആത്മവല്ലഭന്റെ ആത്മസഖിയെ കാണുവാൻ അതീവ ആഗ്രഹം. അതുകൊണ്ട് വലീവർദ്ദനാ; വരൂ. എന്റെ ഭവനത്തിൽ ചെന്ന് കുടുംബിനിയെ കണ്ട് ആശീർവദിച്ചാലും. ഹേ വാനര! ഭവാനെ ഞാൻ എന്റെ ചുമലിൽ വഹിച്ച് ജലം തരണം ചെയ്യാം." ചങ്ങാതിയുടെ വാക്കുകേട്ട് കുരങ്ങച്ചൻ ആ മുതലയുടെ പുറത്തുകേറിത്തിരിച്ചു. മുതുകത്ത് വാനരനേയും കയറ്റി മുതല നീന്തിത്തുടങ്ങി. യാത്രാമധ്യേ വാനരൻ ഊചിവാൻ. "സഖേ! അവിടത്തെ കാന്തയ്ക്ക് സുഖമല്ലേ. പറയൂ." ജലചരൻ പറഞ്ഞു: "സുഹൃത്തേ എന്റെ കാന്തയ്ക്ക് ദേഹസൗഖ്യം നാസ്തി. ഉദരപീഡയാണ്. വയറുവേദന. അതിന് ചില ഗുളിക-കഷായങ്ങളും കഴിച്ചു. ഒരു ഗുണവുമില്ല. ഒരേയൊരു ഔഷധമേയുള്ളൂ. അത് ലഭ്യവുമല്ല. വൈദ്യൻ പറയുന്നത് വാനരഹൃദയം ഒരു കഴിഞ്ചെങ്കിലും കഴിച്ചില്ലെങ്കിൽ രോഗം മാറില്ല എന്നാണ്." മുതലയുടെ വാക്കുകേട്ടപ്പോൾ കപിവരന് സൂത്രം മനസ്സിലായി. ഈ നാട്ടിൽ വേറെ വാനരവർഗ്ഗമില്ല. അതുകൊണ്ട് എന്റെ മരണം ഉറപ്പായി. അവൻ വാനരമാംസം രുചിക്കുവാൻ കണ്ട സൂത്രം. ഈശ്വരാ! ഇതുവരെ ഇവനെ ഞാൻ മനസ്സിലാക്കിയില്ലല്ലോ. ഇവന്റെ വഞ്ചനയിൽനിന്ന് ഭഗവാൻ രക്ഷിക്കണേ! ആരണ്യവാസികളായ തപസ്വികളെപ്പോലും വിശ്വസിക്കാൻ വയ്യാത്ത കാലമായി. ഹൃദയകാരുണ്യമുള്ളവന് കാടുപൂകിയാലേ തപസ്സിനു സാധിക്കൂ എന്നുണ്ടോ. സ്വഗൃഹത്തിലിരുന്നും ഗൃഹസ്ഥനും യമനിയമങ്ങളനുഷ്ഠിച്ച് മുക്തനാവാം. ഒരു സദ്ഗുണവും ഇല്ലാത്ത ഈ ജലചരൻ കൊന്നുതിന്നുമെന്നു നിശ്ചയം. ഈശ്വരൻ തന്നെ രക്ഷ! എന്തെങ്കിലും ഒരു സൂത്രം പറഞ്ഞ് രക്ഷപ്പെടാൻ നോക്കട്ടെ. കപിവരൻ ഇങ്ങനെ ചിന്തിച്ച് ഗുരുകാർന്നവന്മാരെ ധ്യാനിച്ച് പറഞ്ഞു. "പ്രിയസഖാവേ! മുതലമുഖ്യാ! ഭവാന്റെ ഭാര്യയ്ക്കുള്ള ഔഷധം എന്താണെന്ന് എന്തേ മുമ്പു ചൊല്ലാഞ്ഞു. കാട്ടിലെ ഒരു വൻവൃക്ഷത്തിന്റെ മുകളിൽ ഞാനെന്റെ ഹൃദയം സൂക്ഷിച്ചുവെച്ചിട്ടുണ്ട്. ഹൃദയചോരണം ഭയന്ന് എന്ന് കരുതിയാൽ മതി. ഭവാന്റെ ആവശ്യം യാത്രയ്ക്കു മുമ്പു പറയാത്തതെന്തേ. പറഞ്ഞിരുന്നെങ്കിൽ എന്റെ ഹൃദയം ഞാൻ കരുതുമായിരുന്നു." ബുദ്ധിജീവിയായ കുരങ്ങന്റെ ഭാഷിതം കേട്ട് മൂഢജളനായ നക്രം പറഞ്ഞു. "ഹേ, കപിവൃഷഭ! മാന്യ! അവിടുത്തെ ഹൃദയം അവിടെ കാട്ടിലെ വൃക്ഷത്തിലാണെങ്കിൽ നമുക്ക് അങ്ങോട്ടുതന്നെ തിരിച്ചുപോകാം." "ശരി. അതാണു കരണീയം" എന്ന് കുരങ്ങനും പറഞ്ഞു. ശിംശു

മാരൻ വലീവർദ്ധനനേയും പുറത്തേറ്റി തിരിച്ചുനീന്തി. കരയ്ക്കടുത്തപ്പോൾ മുതല പറഞ്ഞു. "വലീവർദ്ദന, ഹൃദയവുമെടുത്തു വേഗേന വന്നാലും." മുതലയുടെ വാക്കുകേൾക്കുംമുമ്പ് വാനരൻ ചാടി അത്തിമരക്കൊമ്പിലിരുന്നു പറഞ്ഞു. "ഹേ മൂഢ! നിന്നെപ്പോലെ വിഡ്ഢിയല്ല ഞാൻ."

"ഗഹനഭുവിപുനരപിചഗമനമതു കാരണം
ഗർദ്ദഭത്തേപ്പോലെ ചാകയില്ലേഷ ഞാൻ
അതു കഥയകനിവിലിനി ജലചരനൂചി വാൻ
അക്കഥ കേട്ടാലുമെന്ന് കപീശ്വരൻ"

ശിവശിവകിമിതി വറുതിചപലഹൃദയൻ ഭവാൻ

കൊടുംകാട്ടിൽ വസിക്കും ഗജരിപുമൃഗാധിപൻ തന്റെ ഭൃത്യനായ കുറുക്കനോടുക്തവാൻ. "ഹേ ജംബുക. നീ ബുദ്ധിമതിയാണല്ലോ. ഉദരപീഡ കൊണ്ടപാരം വലഞ്ഞ എനിക്ക് വേദന സഹിക്കുവാനും വയ്യ. ആനയുടെ രക്തം പാനം ചെയ്കയാൽ ഉണ്ടായ അജീർണമാവാം. പ്രതിവിധിയായി ഒരു കഴുതയെ കൊന്നുതിന്നേ മതിയാവൂ. നമ്മുടെ അതിർത്തിക്കുള്ളിൽ ഒരു ഗർദ്ദഭത്തേയും കാണുവാനുമില്ല. അതിസുഭഗനും ബുദ്ധിമാനുമായ നീ പോയി എവിടെനിന്നെങ്കിലും കഴുതമാംസം എത്തിക്കുക." സ്വാമിയുടെ ആജ്ഞകേട്ട് കഴുതയെത്തേടി കുറുക്കൻ അങ്ങാടിയിൽ ചെന്നു. അവിടെ രാത്രിയിൽ വെളുത്തേടന്റെ കഴുത അലയുന്നുണ്ടാവുമെന്നു കരുതി. അതു സത്യവുമായിരുന്നു. നാട്ടിലെ രജകന്റെ കഴുത അങ്ങാടിയിൽ പഴകിയ തുണി എച്ചിൽ തിന്നു നിക്കുന്നുണ്ടായിരുന്നു. ഗോമായു അവനെ സമീപിച്ചു പറഞ്ഞു. "ഹേ രജകന്റെ വിഴുപ്പു ചുമക്കുന്ന കഴുതേ! രാജസേവയ്ക്ക് നിനക്കും ആഗ്രഹമില്ലെ. വെളുത്തേടന്റെ ഭാണ്ഡം പേറിപ്പേറി നീ അതീവദുഃഖിതനാണല്ലോ. അല്ലയോ ലാസഭ! ഭയംവിനാ നീ മൃഗരാജ സന്നിധിയിൽ വരിക. അവിടെ അശനവസനാദികൾ സുലഭം. ക്രമേണ സമ്പാദ്യവും ഉറപ്പിക്കാം." കുറുക്കന്റെ ചാതുര്യത്തോടെയുള്ള ചതിവചനം കേട്ട് കഴുതയും അങ്ങനെയെന്നു സമ്മതിച്ചു. അതിജളനായ കഴുതയേയും കൂട്ടി ആ ഗോമായു സിംഹസമീപമെത്തി. കഴുതയെ കണ്ട് മൃഗരാജൻ സന്തോഷിച്ചു. ഇന്നത്തെ അത്താഴം കുശാൽ. ഇങ്ങനെ നിനച്ച് സിംഹരാജൻ സന്ധ്യാനിയമം കഴിപ്പാനൊരുങ്ങി. മൃഗരാജനെ കണ്ടു ഭയന്ന കഴുത അത്തവിൽ അവിടെനിന്നും ഒളിച്ചോടി രക്ഷപ്പെട്ടു. തന്റെ മുമ്പിൽ വന്നുപെട്ട കഴുതയെ വീണ്ടും കൂട്ടി

ക്കൊണ്ടുവരാൻ കണ്ഠീരവേന്ദ്രൻ കുണ്ഠിതപ്പെട്ടു. ആ രജകഭൃത്യനെ വീണ്ടും കൂട്ടിക്കൊണ്ടുവരുവാൻ ക്രോഷ്ടാവിനെ ചട്ടം കെട്ടി. അതു കേട്ട് അതീവസൂത്രശാലിയായ കുറുക്കൻ വീണ്ടും ചന്തസ്ഥലത്തു ചെന്ന് കഴുതയുടെ അടുത്തുകൂടി. വശ്യമായി പറഞ്ഞു: "മകനെ കഴു തകുമാരാ! കാലക്കേടുകൊണ്ടാണ് നീ ഒരു കഴുതയായി പിറന്നത്. നിനക്ക് രാജസേവയുടെ സുഖം അറിയില്ല. ഈ ഭൃത്യവേലപോലെ യല്ല രാജസേവ. സ്ഥാനമാനങ്ങൾ സുലഭം. നിനക്ക് അതനുഭവിക്കു വാൻ യോഗമില്ലെന്നു തോന്നുന്നു. എന്റെ സ്വാമി വിശ്വാസവഞ്ചന ചെയ്യാത്തവനാണ്. നീയെന്തിനാണ് ഒളിച്ചോടിപ്പോന്നത്. കഷ്ടം!" അതുകേട്ട് സൃഗാലൻ പറഞ്ഞു: "അതോ, മത്തഗജത്തെ കൊന്നു രക്തം പാനം ചെയ്യുന്ന ആ സിംഹമുഖം കണ്ടു ഞാൻ ഭയന്നു. ക്രൂര -കശ്മലനായ അവനെന്നെ കടിച്ചുതിന്നും. സംശയമില്ല. അതുകൊണ്ട് പേടിച്ചു മണ്ടിയതാണ് ഞാൻ." അപ്പോൾ കുറുക്കൻ മറുപടി പറ ഞ്ഞു. "താങ്കൾ ഭയന്നത് വെറുംകഴുതബുദ്ധി തന്നെ. മഹാപ്രഭുവിന്റെ സ്വഭാവമറിയാതെ ഭയന്നതാകുന്നു. ഗുരുകാർന്നവന്മാരെ ഭയഭക്തി യോടെ വന്ദിക്കുന്ന എന്റെ നൃപരാജൻ ഗോബ്രാഹ്മണപ്രിയനാകുന്നു. എന്നാൽ സേവിതനും. അതിനീതിമാനായ രാജാവ് സർവപ്രജ കൾക്കും ഇഷ്ടത്തെ നൽകുന്നവനുമാണ്. സൗമ്യനായ മൃഗാധിരാ ജൻ കുശലാന്വേഷണത്തിനായി നിന്റെയടുക്കൽ ആലിംഗനം ചെയ്യാൻ വന്നതാണ്. അതുകണ്ട് നീ ഭയന്നോടി! മഹാകഷ്ടം. ശ്രേഷ്ഠമായ നിങ്ങളുടെ തറവാട്ടുമഹിമ ഞാൻ ധരിപ്പിച്ചിട്ടുണ്ട്. വാനരപ്പെൺകിടാ വിന്റെ വേളിക്ക് നിങ്ങൾ പാടാറുണ്ടെന്ന് ഞാൻ കേട്ടിരിപ്പൂ. ഭുവനപ്രസിദ്ധി നേടിയ അവിടത്തെ കുലമഹിമയും സ്വരമാധുര്യവും മഹാപ്രഭുവിനറിയാം. അവിടുന്ന് ആ നാദമാധുര്യം ആസ്വദിക്കുവാൻ അളവറ്റാഗ്രഹിക്കുന്നുമുണ്ട്. മഹാരസികനായ അവിടത്തെ മുഖദർശ നത്തിനാൽ രാജകുടുംബമപ്പിടി കൊതിച്ചെത്തിയപ്പോൾ അവിടുന്ന് ഭയന്ന് ഓടിപ്പോന്നു. ദാസിപ്പെണ്ണുങ്ങളുടെ വിഴുപ്പും ഭേസി കാലം കഴി ക്കുന്നത് വിധിബലം തന്നെ. അതുകൊണ്ട് എന്റെ കൂടെ രാജസന്നി ധിയിലേക്കു വരൂ." ഇങ്ങനെ യുക്തിഭദ്രമായി കുറുക്കൻ പറഞ്ഞ തൊക്കെ വിശ്വസിച്ച് മന്ദബുദ്ധി വീണ്ടും നൃപസന്നിധിയിൽ പോകാ മെന്നുറച്ചു പുറപ്പെട്ടു. രാജസന്നിധിയിൽ ചെന്നു തൊഴുതു. ഒരിക്കൽ തന്റെ മുമ്പിൽനിന്നു തപ്പിച്ചോടിയ കഴുതയെ കണ്ടതും രാജസിംഹം ഒറ്റക്കുതിക്ക് അതിനെ തച്ചുകൊന്ന് ചോരകുടിച്ചു. ദാഹം ശമിച്ച സിംഹം കുറുക്കനോടു കൽപ്പിച്ചു. തെല്ലിട നിക്ക്. ഞാൻ ഇപ്പൊ വരാം. നിത്യകർമ്മങ്ങൾ കഴിച്ച് ക്ഷണം വന്നിട്ടാവാം അത്താഴം. സ്വാമി തൽക്കാലം മാറിയപ്പോൾ കുറുക്കൻ കഴുതയുടെ ഹൃദയവും

കണ്ഠവും മോഷ്ടിച്ചുതന്നു. വിധികൽപ്പിതമായ കർമ്മങ്ങൾ ചെയ്ത് കഴുതമാംസം ഭക്ഷിക്കുവാനായി കേസരീന്ദ്രൻ വന്നുനോക്കുമ്പോൾ ഹൃദയഗളങ്ങൾ കാണാഞ്ഞു ചോദിച്ചു. ഈ കഴുതയുടെ ഹൃദയവും കഴുത്തും എവിടെ? കാണാനില്ലല്ലോ. ഗോമായു പറഞ്ഞു. രാജാവേ

"ഹൃദയഗളയുഗളമപിനഹിതഹിമഹാരാജ

ഇക്കഴുതയ്ക്കെന്നു ഗോമായു ചൊല്ലിനാൻ"

"മഹാപ്രഭോ! ഇവന് കരളുണ്ടായിരുന്നു എങ്കിൽ ഈ വിധം വരുമോ. ഒരിക്കൽ മഹാവിപത്തിൽനിന്നു രക്ഷപ്പെട്ടവൻ ആ അപകടത്തിൽതന്നെ ചെന്നുചാടുമോ. മഹാമൂഢനായ ജളനാണിവൻ. മഹാപ്രഭോ ഞാൻ കഴുതയല്ല."

ഇതാണ് കഥ. കേട്ടുവല്ലോ. ശിംശുമാരാഖ്യനായ ഹേ ജലജീവി! ഞാൻ കഴുതയല്ല. ഹേ, മുതലച്ചാരെ നീ ഉടനെ പോകുക!"

"ലളിതതരചരിതമിതു നരവരകുമാരേ

ലബ്ധനാശാഖ്യമാം തന്ത്രം ശുഭം ശുഭം.

ഇതിപഞ്ചതന്ത്രപ്രകരണേ ലബ്ധനാശോനാമ

ചതുർത്ഥതന്ത്രം സമാപ്തം"

അഞ്ചാംതന്ത്രം

അസംപ്രേക്ഷ്യകാരിത്വം

"**വാ**നോർനദീപുരേവാണരുളീടുന്ന

വാസുദേവം ഭജേ ദേവദേവം ഭജേ."

സോമദേവനെന്ന ആചാര്യൻ ഭൂപാലപുത്രന്മാരോടു പറഞ്ഞു. ഏതൊരാളാണോ കാര്യങ്ങൾ വേണ്ടപോലെ ഗ്രഹിക്കാതെ എടുക്കാ, പിടിക്കാ, കൊടുക്കാ എന്ന മട്ടിൽ പ്രവർത്തിക്കുന്നത് ആ പുരുഷന് മേൽക്കുമേൽ അനവധി ദോഷങ്ങൾ വന്നുഭവിക്കും. മഹാദുഃഖങ്ങളും ഉണ്ടാകും. ഏതുപോലെയെന്നാൽ

"അന്തണശ്രേഷ്ഠനു കീരി മൂലം യഥാ

"അന്തണശ്രേഷ്ഠനു കീരി മൂലം യഥാ

അക്കാലം ഗൗഡദേശത്തിങ്കൽ ദേവശർമ്മനെന്ന് കേൾവികേട്ട ഒരു ബ്രാഹ്മണനുണ്ടായിരുന്നു. യമനിയമഗുണങ്ങൾക്കുടമയായ ആധരണീ സുരനാഥന് യജ്ഞസേന എന്ന അന്തർജ്ജനവും ഉണ്ടായിരുന്നു. യജ്ഞസേനയ്ക്ക് ഗർഭം ഏതാണ്ട് തികഞ്ഞപ്പോൾ ദേവശർമ്മൻ തന്റെ ആഗ്രഹം പറഞ്ഞു: "പ്രിയേ, ഉഭയകുലങ്ങൾക്കും ശുഭകരനായ ഒരു പുത്രൻ നമുക്കു ജനിക്കും. ആ ഉണ്ണി മാതൃകുലവും പിതൃകുലവും വർദ്ധിപ്പിക്കും." അപ്പോൾ യജ്ഞസേനി പറഞ്ഞു: "നാഥാ! സന്തതി ജനിക്കുംമുമ്പുള്ള ഈ മനോരാജ്യം ദുരാഗ്രഹമാകുന്നു. സോമ ശർമ്മന്റെ പിതാവിനെപ്പോലെ ദുഃഖിക്കേണ്ടിവരും." പ്രിയപത്നി ഇങ്ങനെ പറഞ്ഞപ്പോൾ ദേവശർമ്മൻ ചോദിച്ചു: "അതെന്താണ് സോമ ശർമ്മാവിന്റെ താതനെന്താണു സംഭവിച്ചത്. കഥയമമ, കഥയമമ-"

മനോരാജ്യം ഏറെത്തുടങ്ങരുത്

മുമ്പൊരിക്കൽ ബ്രഹ്മചാരിയായ (ഇവിടെ അവിവാഹിതൻ എന്ന അർത്ഥത്തിൽ) ഒരു ഉണ്ണിനമ്പൂതിരി ചാത്തം ഉണ്ണാൻ പോയി. ചാത്തം

കഴിഞ്ഞ് ദക്ഷിണയായി കിട്ടിയ മലർപ്പൊടി മൺകലത്തിലാക്കി തലയിലേറ്റി നടന്നു. തവിടുപൊടി തുല്യമായ മലർപൊടിയും ചുമന്നു വരുന്ന നമ്പൂതിരിക്കുട്ടി മനോരാജ്യം തുടങ്ങി. ബ്രാഹ്മണ ബ്രഹ്മചാരി മനക്കോട്ടകെട്ടി. ഈ മലർപ്പൊടി വിറ്റ് ഞാൻ ഒരു പെണ്ണാടിനെ മേടിക്കും. നന്നായി പുല്ലും വെള്ളവും കൊടുത്തു നോക്കിവളർത്തും. കൊല്ലം രണ്ടു പേറുള്ള അത് ഓരോ പേറിലും മൂന്നുനാലു കുട്ടികളെ തരും. അങ്ങനെ കുറെ കഴിഞ്ഞാൽ ഞാൻ ആട്ടിൻപറ്റത്തെ വിറ്റ് ഒരു പശുവിനെ വാങ്ങും. പശു പെറ്റ് പയ്ക്കിടാവും അതിനു കുട്ടിയും കുട്ടിക്കു കിടാവുമുണ്ടാകും. അവയിൽ കാളക്കുട്ടന്മാരുമുണ്ടാവും. അപ്പോൾ കൃഷി ആരംഭിക്കുവാനുള്ള സംഭാരമായി. മൂന്നു പുല്ലു കൃഷി ചെയ്യാവുന്ന വളക്കൂറുള്ള കണ്ടത്തിൽ ഞാൻ കൃഷിചെയ്യും. ധാരാളം നെല്ലും വിൽക്കാനുണ്ടാവും. അതൊക്കെ വിറ്റ് ഞാൻ ഇല്ലം പുതുക്കിപ്പണിയും. എല്ലാം തികഞ്ഞ ഞാൻ തറവാടു നോക്കി നല്ല പെൺകിടാവിനെ വേട്ട് കുടിവെക്കും. കാലമെത്തുമ്പോൾ നമ്മുടെ പത്നി പ്രസവിച്ചുണ്ണിയുണ്ടാകും. അവന് ശുഭമുഹൂർത്തംനോക്കി സോമശർമ്മാവെന്ന് നാമകരണം ചെയ്യും. അക്കാലം ഉണ്ണി ശ്രദ്ധിക്കാതെ അകത്തുള്ളാണ് പയ്യിനെ കറക്കാൻ പോയാൽ അവളെ ശിക്ഷിക്കുവാൻ ഞാൻ കോലുമെടുത്തു തൊഴുത്തിൽ പോകും. ദേഷ്യം സഹിക്കാതെ ഞാനവളെ ഇങ്ങനെ അടിക്കും. പുറം പൊളിക്കും. ഇങ്ങനെ മനോരാജ്യം കണ്ട് ആ ബ്രാഹ്മണബ്രഹ്മചാരി മലർപ്പൊടി നിറച്ച മൺകുടത്തിൽ അടിച്ചു. കുടംപൊട്ടി മലർപ്പൊടി മുഴുവൻ മൂർദ്ധാവിൽ വീണ് മുഖം പൂശി കണ്ണും മൂക്കും മൂടി ആകെ വെളുവെളെ കുമ്പളങ്ങയായി ഗൃഹം പൂകി.

"എന്നതുകൊണ്ടു പറഞ്ഞു മനോരഥ-

മേവം തുടങ്ങരുതെന്നു ഞാൻ ബ്രാഹ്മണ!"

തന്റെ പതിയെ ഈവിധം ഉപദേശിച്ച് യജ്ഞസേനി സ്വസ്ഥയായിരുന്നു. അഞ്ചാറുദിവസം കഴിഞ്ഞപ്പോൾ ആ പൂർണഗർഭിണി പ്രസവിച്ചുണ്ണിയുണ്ടായി. പെലപോക്കി സ്നാനത്തിനായി (പത്തു ദിവസത്തെ വാലായ്മ) ബ്രാഹ്മണി കുളക്കടവിലേക്കു പുറപ്പെട്ടു. പോകുമ്പോൾ ഭർത്താവിനോടു പറഞ്ഞു. "ഭർത്താവേ! ഞാൻ കുളിക്കാൻ പോകുന്നു. വരുന്നതുവരെ അവിടുന്ന് പുത്രനെ ശ്രദ്ധിക്കണേ." ധർമ്മപത്നി സ്നാനത്തിനു പോയി. ബ്രാഹ്മണൻ പുത്രനടുത്തിരുന്നു. അന്നേരം രാജദൂതൻ വന്നറിയിച്ചു. "ഇന്ന് കറുത്ത വാവാണല്ലോ. രാജാവു തിരുമനസ്സ് കാലുകഴുകിച്ചൂട്ടിന് ഭവാനെ ക്ഷണിച്ചിരിക്കുന്നു. രണ്ടു രൂപ പ്രതിഗ്രഹമുണ്ടെന്നും കൽപ്പിച്ചയച്ചതാണ് അടിയനെ."

നൃപതി ഭടന്റെ ഈ വചനം കേട്ട് ധനമോഹിയായ ആ ഭൂസുരൻ ഇഷ്ടപുത്രനെ കാത്തുനോക്കുവാൻ പുത്രസമം വളർത്തുന്ന കീരിയെ കാവലാക്കി. സന്തോഷത്തോടെ കാൽകഴുകിച്ചൂട്ടിനു പോയി. ഇഷ്ട ജന്തുവായ നകുലൻ ഉണ്ണിക്കിടാവിന്റെ അടുത്തുതന്നെ കാവലിരുന്നു. വിധിയെ തടുക്കുവാനാവില്ലല്ലോ. അപ്പോഴാണ് ഒരു ഘോരസർപ്പം എങ്ങുനിന്നോ ഓടിവന്നത്. പാമ്പിനെ കണ്ടതും കീരി ചാടിക്കടിച്ചു. ചെറിയ കടിപിടിക്കുശേഷം കീരി പാമ്പിനെ നാലഞ്ചു തുണ്ടമാക്കി. പാമ്പിൻചോര മേലാകെ അണിഞ്ഞ് ഘോരരൂപിയായി ബ്രാഹ്മണനെ കാത്തുനിന്നു. അമാവാസിച്ചൂട്ടും കഴിഞ്ഞുവന്ന വിപ്രനെ കണ്ട് കീരി ക്കുട്ടൻ ആഹ്ലാദിച്ച് കാൽക്കലെത്തി വണങ്ങി മുഖമുരസിനിന്നു. തന്റെ പാദത്തിൽ മുഖമുരസിനിക്കുന്ന കീരിയെ വിപ്രൻ ഒന്നേ നോക്കി യുള്ളൂ. ചോരയിൽ കുളിച്ച ആ മാംസഭോജി തന്റെ ഉണ്ണിയെ കടിച്ചു കൊന്നുതിന്നു എന്നു കരുതി. രക്തം ശിരസ്സിലേറി കോപിച്ചുവിറച്ച് ആ സാഹസികീരിയെ തടികൊണ്ടടിച്ചുകൊന്നു. “തടികൊണ്ടടിച്ചാശു കൊന്നാനസംപ്രേക്ഷ്യകാരി നകുലനെ.”

ദേഷ്യം ശമിക്കാതെ അകത്തുചെന്നു നോക്കിയപ്പോൾ ഉണ്ണിക്കി ടാവ് കൈകാൽകുടഞ്ഞ് കളിക്കുന്നതു കണ്ടു. അടുത്തുതന്നെ തുണ്ടം തുണ്ടമായി സർപ്പത്തേയും കണ്ടു. സർപ്പഖണ്ഡം കണ്ട് വിപ്രന് സത്യബോധമുണ്ടായി. അയ്യോ കഷ്ടം! സർപ്പത്തെ കടിച്ചു മുറിച്ചു തുണ്ടമാക്കി എന്നുണ്ണിയെ രക്ഷിച്ച കീരിയെ ഞാൻ വടികൊ ണ്ടടിച്ചുകൊന്നുവല്ലോ. മഹാകഷ്ടം. ശിവശിവ! ഇങ്ങനെ താൻ ചെയ്ത തെറ്റോർത്ത് വിപ്രൻ കരഞ്ഞു. കരച്ചിൽ കേട്ട് കുളി ക്കാൻപോയ ഗൃഹിണിയും വന്നു. ചത്തുകിടക്കുന്ന കീരിയെ കണ്ട് നെഞ്ഞത്തടിച്ചു വിലപിച്ചു. “എന്റെ ഉണ്ണിക്കുതുല്യം ഞാനോമനിച്ചു വളർത്തുന്ന കീരിക്കുട്ടനെ തല്ലിക്കൊന്നതാരാണ്! കഷ്ടം കഷ്ടം! മഹാപാപം! നാഥ! ബ്രാഹ്മണ. ഈ കൊടുംക്രൂരത അവിടേക്കു ചേർന്നതല്ല. കണ്ടതും കേട്ടതും പ്രമാണമാക്കി ആലോചനകൂടാതെ പ്രവർത്തിക്കുന്നവൻ പണ്ട് ‘മൂഢക്ഷുരകനു സംഭവിച്ച ചെണ്ടത്വമെ ന്നോലെ തരം കെടും.”

“അതു പറകവിരവിലിതിധരണിസുരനൂചിവാൻ

ആയതു കേട്ടാലുമെന്നു തൻ ഭാര്യയും.”

ദ്രവ്യമില്ലാഞ്ഞു ദുഃഖിക്കവേണ്ടാ ഭവാൻ

പഴങ്കഥയാണ്. ആ പഴകാലത്ത് ഒരു ചെട്ടിക്ക് ഒരു പുത്രൻ ജനിച്ചു. പ്രസവത്തോടെ മാതാവു മരിച്ചു. താമസിയാതെ പിതാവും പിതൃലോകം

ഗമിച്ചു. ബന്ധു-ചാർച്ചക്കാരും ഇല്ല. ഒറ്റ. അനാഥൻ. അമ്മയുടെ ദാസിമാരിലൊരുവൾ അവനെ മുലകൊടുത്തു വളർത്തി. ദാരിദ്ര്യദുഃഖവും പഴങ്കഞ്ഞിയും മാത്രം കുടിച്ച് ആ ചെട്ടിക്കുമാരൻ വളർന്നു. സ്വജനവും ധനവും ഇല്ലാത്ത ആ പാവം ഒരുനാൾ സ്വപ്നത്തിൽ ദിവനാം ഒരാളെ കണ്ടു. ആ സ്വപ്നക്കാഴ്ചയിൽ അവൻ കേട്ടു. "ദ്രവ്യമില്ലാഞ്ഞു ദുഃഖിക്കവേണ്ടാ ഭവാൻ." നാളെ പുലരാൻ കാലത്തെണീറ്റ് ദേഹശുദ്ധി വരുത്തി ഉമ്മറത്തിരിക്കുക. ഉച്ചയാവുമ്പോൾ മൂന്നു മഹാമുനികൾ വരും. അവർ വന്നാൽ സംശയിക്കാതെ മൂന്നുപേരേയും ഉലക്കകൊണ്ടടിച്ചുകൊല്ലുക. അപ്പോൾ കാണാമത്ഭുതം. മൂന്ന് യതികളും മൂന്നു നിധികുംഭങ്ങളായി മാറും." സ്വപ്നത്തിൽ കണ്ടപോലെ ചെട്ടി കുളിച്ച് കുറിയിട്ട് കാത്തിരുന്നു. ക്ഷൗരക്കാരനെ വരുത്തി മീശകേശങ്ങൾ മിനുസപ്പെടുത്തി. വീണ്ടും ശുദ്ധമായി സന്യാസിമാരെ പ്രതീക്ഷിച്ചിരുന്നു. മധ്യാഹനനേരത്ത് സന്യാസിമാർ മൂവരുമെത്തി. ചെട്ടി അഭിവാദ്യംചെയ്ത് അവരെ സ്വീകരിച്ചിരുത്തി. കണ്ണടച്ച് തൊഴുകയ്യുമായിരിക്കുന്ന ഭിക്ഷുക്കൾ മൂവരേയും മണ്ടയ്ക്കടിച്ച് കൊന്നു. തൽക്ഷണം അവർ മൂന്നു നിധികുംഭങ്ങളായി കാണപ്പെട്ടു. പൊന്നും പണവും രത്നവും നിറഞ്ഞ ഘനനിക്ഷേപങ്ങൾ ചെട്ടി അപ്പഴേ സൂക്ഷിച്ചുവെച്ചു. വീണ്ടും വീണ്ടും തൊഴുതു നമസ്കരിച്ചു. ക്ഷൗരത്തിനു വന്നവന് ഒരു പൊൻനാണയം തന്നെ കൊടുത്തു സന്തോഷിപ്പിക്കുകയും ചെയ്തു. ഇക്കണ്ടതൊന്നും പുറത്തുപറയരുതെന്നും ശട്ടംകെട്ടി. ആ ക്ഷുരകനാകട്ടെ കണ്ട കാര്യമോർത്ത് വിസ്മയിച്ചു. സന്യാസിമാരെ തച്ചുകൊന്നാൽ സന്യാസകുംഭങ്ങൾ സംഭവിക്കുമെന്ന് ഇക്കണ്ടകാലം താനറിഞ്ഞില്ലല്ലോ എന്നു ദുഃഖിച്ചു. ഇനിയേതായാലും താമസമില്ല. കാണുന്ന മുനിമാരെ മണ്ടയ്ക്കടിച്ചുകൊല്ലുകതന്നെ എന്നുറച്ച് സ്വഭവനസമീപം മുട്ടൻവടിയുമായി നിന്നു. കുറെ കഴിഞ്ഞപ്പോൾ കാവിയുടുത്ത്, ശരിസ്സ് മൊട്ടയടിച്ച്, മേലാകെ മൺനാമമെഴുതിയ മൂന്നു പണ്ഡിതഭിക്ഷുക്കൾ ആ വഴി വന്നെത്തി. ഇതുതന്നെ കനകാവസരം എന്നു നിനച്ച ആ നാപിതൻ മുട്ടൻവടിയുമായി ഓടിച്ചെന്ന് ബിക്ഷുക്കളെ താഡിച്ചു. തല്ലുകൊണ്ട് പണ്ഡിതമുനികൾ

"ഹാ! ഹാ! മഹാരാജ! രക്ഷിക്കൂ രക്ഷിക്കൂ!
ഹാ! ഹാ! മഹാദേവ! രക്ഷിക്കൂ രക്ഷിക്കൂ!
രഘുതനയ! യദുതനയ! മധുമഥന മാധവ!
ശ്രീകൃഷ്ണ! ഗോവിന്ദ! പാഹിപാഹി പ്രഭോ!"

എന്നു മുറവിളിയിട്ട് ഓടി. നിലവിളി കേട്ട് രാജഭടന്മാർ ഓടിയെത്തി. മൂർഖനായ ക്ഷുരകനെ പിടിച്ചുകെട്ടി മൂക്കും ചെവിയും അരിഞ്ഞ് പല്ലും തല്ലിക്കൊഴിച്ച് താടിയും മീശയും ചുട്ടുകരിച്ച് പടിക്കൽതന്നെ കിടത്തി. നേരെ യതികളെ വന്ദിച്ച് സൽക്കരിച്ചു.

"ഇതിവിപദിപതനമതുവിധിവിഹിതമിദ്ദോഷ-

മെല്ലാമസം പ്രേക്ഷ്യകാരത്വം കാരണം."

വിപ്രത്നി പറഞ്ഞു:

"ഒരാളുചെയ്തതുകണ്ടു കാരണമെന്തെന്നന്വേഷിക്കാതെ അക്ഷമനായി മറ്റൊരാൾ സാഹസം ചെയ്താൽ വലിയ അപകടങ്ങൾ സംഭവിക്കും. അക്ഷമയും സാഹസവും എപ്പോഴും നാശകരണങ്ങളാകുന്നു. അല്ലയോ ഭൂപാലപുത്രരേ! ഇപ്പോളുദ്ദേശിച്ച

"മിത്രഭേദം സുഹൃല്ലാഭം പുനസ്സന്ധി-

വിഗ്രഹം ലബ്ധനാശം തഥാ സംപ്രേക്ഷ്യ-

മിങ്ങനെ പഞ്ചതന്ത്രങ്ങളാൽ ബുദ്ധിക്കു

ശുദ്ധിവരുത്തുവിൻ—

കുമാരന്മാരേ! ഇനി നിങ്ങൾ നിങ്ങളുടെ പൂജ്യതാതനായ പാടലീപുത്രരാജരാജനെ കണ്ടു വണങ്ങി ആയുരാരോഗ്യത്തോടെ വാണാലും. പാടലീപുത്രഖ്യാതി ആചന്ദ്രതാരം വർദ്ധിക്കുമാറാകട്ടെ. ഈശ്വരന്മാരനുഗ്രഹിക്കട്ടെ."

ഈ വിധം അനുഗ്രഹിച്ച് മഹാഗുരുവായ സോമശർമ്മാവ് തപസ്സിനായി ഗമിച്ചു.

ഇതിപഞ്ചതന്ത്രപ്രകരണേ അസംപ്രേക്ഷ്യ

കാരിത്വം നാമപഞ്ചകം തന്ത്രം സമാപ്തം

ശുഭം

ഗ്രീൻ ബുക്സ് ബാലസാഹിത്യ പുസ്തകങ്ങൾ

ഗ്രീൻ ക്വിസ് (പൊതുവിജ്ഞാനം)	സി.ജി. ശാന്തകുമാർ
മുത്തച്ഛൻ പറഞ്ഞ കഥ (ചരിത്രം)	സി.ജി. ശാന്തകുമാർ
എങ്ങു നിന്നോ ഒരു വെളിച്ചം (കഥ)	സി.ജി. ശാന്തകുമാർ
അപ്പുവിന്റെ സയൻസ് കോർണർ (ശാസ്ത്രം)	സി.ജി. ശാന്തകുമാർ
ഭൂമിയുടെ രക്ഷകർ (കുട്ടികളുടെ ശാസ്ത്രം)	സി.ജി. ശാന്തകുമാർ
വൈദ്യുതിയുടെ കഥ - പരീക്ഷണങ്ങളിലൂടെ (നോവൽ)	സി.ജി. ശാന്തകുമാർ
തിരിച്ചറിവെന്ന കുട്ടി (നോവൽ)	സി.ജി. ശാന്തകുമാർ
ശാസ്ത്രലോകത്തിലെ വനിതാപ്രതിഭകൾ (നോവൽ)	സി.ജി. ശാന്തകുമാർ
നീയൊരു സ്വാർത്ഥിയാവുക (വ്യക്തിത്വവികസനം)	സി.ജി. ശാന്തകുമാർ
വീട്ടുമുറ്റത്തെ ശാസ്ത്രം (ശാസ്ത്രം)	സി.ജി. ശാന്തകുമാർ
അപർണ്ണ (കഥ)	ബീനാ ജോർജ്ജ്
കളിവീണ (നോവൽ)	എം.എസ്. കുമാർ
കളവുപോയ ക്യാമറ (നോവൽ)	മുഹമ്മ രമണൻ
പോക്കണം കെട്ട പോക്കുകൾ (കഥ)	സുമംഗല
കുട്ടി പഠിപ്പിച്ച പാഠം (കഥ)	പയ്യന്നൂർ കുഞ്ഞിരാമൻ
പ്രകൃതിയമ്മയുടെ അത്ഭുതലോകത്തിൽ (നോവൽ)	പ്രൊഫ. എസ്.ശിവദാസ്
ഉണ്ണിക്കുട്ടന്റെ കാഴ്ചകൾ (നോവൽ)	കിളിരൂർ രാധാകൃഷ്ണൻ
വനം കാടിന്റെ നടുമദ്ധ്യം (നോവൽ)	ആര്യൻ കണ്ണന്നൂർ
കുസൃതി ക്വിസ് (പൊതുവിജ്ഞാനം)	ടി.കെ. കൊച്ചുനാരായണൻ
ഒരു പന്നിക്കഥ (കഥ)	എ. വിജയൻ
സ്പാർട്ടക്കസ് (ചരിത്ര കഥ)	വി.പി. വാസുദേവൻ
പത്തു പത്തുകൾ (ഗണിതം)	ടി.കെ. കൊച്ചുനാരായണൻ
ചില്ലകൾ പൂത്തു വീണ്ടും (നോവൽ)	വി.എൻ. വേണുഗോപാൽ
എ പ്രിൻസസ് ഓഫ് മാർസ് (നോവൽ)	എഡ്ഗാർറൈസ് ബറോസ്
വിശ്വപ്രസിദ്ധ വേട്ടക്കഥകൾ (കഥ)	കിളിരൂർ രാധാകൃഷ്ണൻ
ലളിതാംഗി (നോവൽ)	ഡോ. കെ. ശ്രീകുമാർ
മസായി (നോവൽ)	ഉണ്ണിക്കൃഷ്ണൻ പൂങ്കുന്നം
വർണ്ണക്കുടകൾ (നോവൽ)	റഷീദ് പരപ്പനങ്ങാടി
കിട്ടുണ്ണിയുടെ കഥ (നോവൽ)	അശോകൻ ഏങ്ങണ്ടിയൂർ
ഭൂമിയുടെ കേന്ദ്രത്തിലേക്ക് ഒരു യാത്ര (ശാസ്ത്രം)	പള്ളിയറ ശ്രീധരൻ

കണക്കിലേക്കൊരുവിനോദയാത്ര (ഗണിതം)	പള്ളിയറ ശ്രീധരൻ
ഇലകൾ പൊഴിയുമ്പോൾ (നോവൽ)	എ.പി. ജ്യോതിർമയി
കമലമന്ത്രം (നോവൽ)	ഐ.ആർ. കൃഷ്ണൻ മേത്തല
കിളിയും മനുഷ്യനും (കവിത)	കെ.വി.ബേബി
ഒരു ദിവസം (നോവൽ)	പി.മുരളീമോഹനൻ
ഒട്ടകങ്ങൾ പറഞ്ഞ കഥ (നോവൽ)	ജി.എസ്.ഉണ്ണിക്കൃഷ്ണൻ
ഉയരങ്ങളിലേക്കൊരു നടപ്പാത (നോവൽ)	പാങ്ങിൽ ഭാസി
മുള്ളാത്തിക്കുട്ടി (നോവൽ)	ടി.സി.ജോൺ
ശ്രീരാമകൃഷ്ണൻ കഥകൾ	കാതിയാളം അബൂബക്കർ
ആൽബം (നോവൽ)	കെ.നാരായണൻ നമ്പൂതിരി
കാട് കരയുന്നു (നോവൽ)	രാജു കാട്ടുപുനം
സുവർക്കത്തിലേക്കുള്ള വഴി (നോവൽ)	പ്രൊഫ.കേശവൻ വെള്ളിക്കുളങ്ങര
വരയനും വെളുമ്പനും (നോവൽ)	എ.വിജയൻ.
ചിമ്പുവിന്റെ ലോകം (നോവൽ)	സി.ആർ.ദാസ്
ബാലപാഠം (നോവൽ)	വി. കൃഷ്ണവാദ്ധ്യാർ
101 കുസൃതിക്കണക്കുകൾ (ഗണിതം)	ടി.കെ.കൊച്ചുനാരായണൻ
ശ്രീബുദ്ധൻ (കഥ)	സുരേഷ് ശ്രീകണ്ഠേശ്വരത്ത്
മഹാത്മാഗാന്ധി (ജീവചരിത്രം)	സുരേഷ് ശ്രീകണ്ഠേശ്വരത്ത്